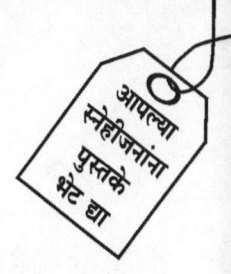

मृत्युंजय

तीन अंकी नाटक

शिवाजी सावंत

मेहता पब्लिशिंग हाऊस

Email : production@mehtapublishinghouse.com

Website : www.mehtapublishinghouse.com

MRUTYUNJAY - NATAK by **SHIVAJI SAWANT**

मृत्युंजय : शिवाजी सावंत / नाटक

Email : author@mehtapublishinghouse.com

© मृणालिनी सावंत, अमिताभ सावंत

प्रकाशक : सुनील अनिल मेहता, मेहता पब्लिशिंग हाऊस,
१९४१, सदाशिव पेठ, माडीवाले कॉलनी, पुणे – ४११०३०.

मुखपृष्ठ : चंद्रमोहन कुलकर्णी

प्रकाशनकाल : १९७७ / द्वितीयावृत्ती : १९९६
मेहता पब्लिशिंग हाऊसची सुधारित तृतीय आवृत्ती : सप्टेंबर, २०१८

P Book ISBN 9789353171223
E Book ISBN 9789353171261
E Books available on : play.google.com/store/books
https://www.amazon.in/b?node=15513892031

या नाटकाचे, कमळकळे वाहून ज्यांच्या घरी पूजन झाले, या नाटकाला ज्यांच्या स्वर्गीय संगीताचा साज लाभला पण रंगमंचावर खेळल्या गेलेल्या या नाटकाचा प्रयोग बघण्याचा योग ज्यांना कधीच लाभला नाही त्या वत्सलहृदयी, थोर संगीतकार

कै. वसंत देसाई

यांच्या पावन स्मृतीस!

फुटलेला पडदा

'मृत्युंजय' या माझ्या कादंबरीवर नाटक व्हावे अशी मनस्वी इच्छा व मनसुबा मनी बांधून एका शुभ दिवशी श्री. राम मुंगी, निर्माता रमाकांत राक्षे यांना घेऊन मुंबईहून पुण्याला माझ्याकडे आले. मी 'छावा' या कादंबरीच्या बांधणीत गढलो असल्याने नाटकाकडे वळणे शक्य होणार नाही अशी त्यांची समजूत घालण्याचा खूप प्रयत्न केला. या कादंबरीवर नाटक बेतण्याचं बळ ती. तात्यासाहेब (कविवर्य कुसुमाग्रज) यांच्या समर्थ लेखणीत आहे. तुम्ही नाशिकला जाऊन त्यांना गाठा, असा सल्लाही मी त्यांना दिला. त्याप्रमाणे राम व रमाकांत नाशिकला जाऊन कविवर्यांना भेटले. कुसुमाग्रजांचा मला परतीचा निरोप आला की, तुमच्या कादंबरीवर तुम्हीच नाटक लिहावं. तुम्ही नक्की लिहू शकाल. दुसऱ्या कुणाच्याही हाती ही कथावस्तू देऊ नये. याच दरम्यान ती. अण्णा (ग. दि. माडगुळकर) व सोबतचे संपादक श्री. ग. वा. बेहरे यांची माझी भेट झाली. त्यांचा सल्लाही तसाच पडला आणि मी नाटक लिहायला बसलो.

कर्णाच्या भूमिकेला योग्य न्याय देणारा कसदार व व्यक्तित्वसंपन्न नट शोधण्यापासून सुरुवात झाली. सुदैवाने श्री. बाळ धुरी यांच्यासारखा गुणी व सालस नटही या नाट्यकृतीला लाभला. कै. पद्मश्री वसंत देसाई यांनी संगीताची धुरा उचलली. श्री. राम मुंगी जवळजवळ दीड महिना, दर दोन दिवसांनी पुण्याला येऊन, लिहून झालेला भाग ऐकून चर्चा करू लागले. एखाद्या रम्य स्वप्नासारखा या नाटकाच्या लिखाणाचा काळ मला व त्यांना वाटू लागला. या नाटकाच्या बांधणीनंतर दिग्दर्शनाचे अपार परिश्रम घेऊन राम मुंगी यांनी हे नाट्य कणखर रूपात उभे केले. नेपथ्याला श्री. मोहन वाघ यांच्यासारखा कलाजाण असलेला हात मिळाला.

दि. १९ डिसेंबर १९७६ रोजी शिवाजी मंदिर, मुंबई, येथे जेव्हा या नाटकाचा प्रथम प्रयोग संपन्न झाला तेव्हा काय काय वाटले याचे वर्णन मला नाही करता येणार. मराठीच्या नाट्यरसिकांना नाटक आवडले. त्यांनी खूप व मूक असा प्रेरणादायक दिलासा मला दिला आहे. सर्वांत प्रथम मी त्यांचा मनस्वी ऋणी आहे. दिग्दर्शक राम मुंगी, निर्माता रमाकांत राक्षे, नेपथ्यकार मोहन वाघ, ही कर्णकथा जिवंत करणारे सन्मित्र बाळ धुरी, श्रीकांत मोघे, संजीवनी बिडकर आणि सर्व

कलावंत, नाटकाची सर्व अंगे सांभाळणारे लहान-थोर सर्व तंत्रज्ञ यांचा मी आभारी आहे.

पुस्तकरूपात 'मृत्युंजय नाटक' वाचकांच्या हाती देण्याचे सर्व श्रेय आमच्या भैय्यासाहेबांना (श्री. अनंतराव कुलकर्णी) व मित्रवर्य अनिरुद्ध कुलकर्णी यांना आहे. त्यांना मी 'आभार' मात्र म्हणत नाही. त्यांना ते कधीही आवडणार नाही! या पुस्तकाचे मुखपृष्ठ कल्पक चित्रकार श्री. सुभाष अवचट यांनी सिद्ध केले आहे. त्यांचा मी मनस्वी आभारी आहे.

माझ्या पहिल्याच नाटकाचं हे पुस्तक आत्यंतिक ऋणाईत भावनेनं मी मराठी रसिकांसमोर ठेवीत आहे.

पुणे
२१ एप्रिल, १९७७   – शिवाजी सावंत

अंक पहिला

(पडदा फुटतो. क्षणार्धातच रंगमंचाच्या मध्यभागी एक स्पॉटलाइट उजळतो. त्याच्या प्रकाशात दिसते एक अर्धवट फसलेले भव्य रथचक्र— एक जीवनचक्र वा एक नियतिचक्र आणि ते सर्व सामर्थ्यांनिशी उद्धरण्यासाठी, वीरासनाच्या पवित्र्यात झटलेला कर्ण. पाठोपाठ निवेदन येते— संथ, स्पष्ट व भावपूर्ण असे.)

निवेदक : प्रत्येक मानवाला जन्माबरोबरच लाभते एक सावली. आणि—
आणि त्याच्याभोवती सदैव गरगर फिरणारे, एक जीवनचक्र— एक
नियतीचे चक्र... किती असंख्य आरे असतात या चक्राला! स्नेह,
श्रद्धा, ममता, वचनप्रियता, औदार्य, वीरता, सोशिकता, धैर्य आणि—
आणि शेवटी अलिप्तता...
ह्या चक्राशी झुंज ही केवळ अटळ असते. असेल त्या सामर्थ्यांनिशी
हे चक्र उद्धरण्यासाठी प्रत्येकाला झटावेच लागते. इथे प्रश्न जयापजयाचा
कधीच नसतो. प्रश्न असतो झुंज कशी दिली याचा— केवळ
याचाच.
असे झुंजता-झटतानाच प्रत्येकाच्या मनात एकच एक प्रश्न वारंवार
फडफडून उठत असतो—
(मोठ्या आवाजात) मी कोण आहे?
(प्रतिध्वनीसारखा हाच प्रश्न एक-दोनदा विरत जातो— मी कोण
आहे? मी कोण आहे?)
यातूनच माणसाला गवसत जातात मनाचे, गुंतवा झालेले असंख्य
धागे. लागत जातो शोध- स्वत्वाचा. उमगत जातो अर्थ— विविधरंगी
जीवनाचा...
असते एखाद्याचे जीवनचक्र जन्माबरोबरच धरतीत रुतलेले— फसलेले.
'कर्ण'— कर्ण त्यातील पहिला मानव. जीवनात जो जो कुणी, कुठे
ना कुठे, एकदा तरी पिचला असेल, त्यालाच कर्णाच्या जीवनाचे हे

मर्म थेट काळजापर्यंत जाऊन भिडेल.
अनिवार्य नियतीचं गरगर फिरणं, जीवानं हिमालयाएवढ्या महान सहनशीलतेच्या बळावर सोसत जगायचं असतं, आणि तेही हसत हसत— हेच तर कर्ण सांगत नाही?
साक्षात मृत्यूच्याही द्वारात, जीवनाचं चक्र उद्धरणारा धुंद विजय कर्णाएवढा कुणीच उपभोगला नसेल— म्हणून तर तो 'मृत्युंजय'.
(पडदा)

प्रवेश पहिला

(पडद्यापूर्वी)

(गंगेच्या पात्राची खळखळ व लपलप अस्पष्टशी ऐकू येता येता हळूहळू वाढत जाते. त्या जलनादात अलगद येऊन विविध शंखांचे, मधुर घंटांचे, निसटते असे मृदंगांचे सात्त्विक मधुर नाद मिसळतात. कुठे तरी त्यातच कोकीळ व कारंडव पक्ष्यांच्या शिळा नांदी लावून जाताहेत. गंगेकाठचा प्राचीन सूर्योदयकाल उजळत चालल्याचे वातावरण निर्माण होते आहे. आता संगीताचे स्वर पार्श्वभूमीला टाकत एक दमदार, पुरुषी, खर्जसंपन्न, साधनामग्न असा प्रणवाचा आवाज उमलून पसरत जातो—

(तीन वेळा)
'ॐऽ ॐऽऽ ॐऽऽऽ'
पाठोपाठ— आकाशातील सूर्यतेजाला तन्मयतेने आळविणारा तोच आवाज, सवितृमंत्राचे गायत्री छंदात, तीन वेळा, रोमहर्षक असे उद्गान करतो—
'ॐऽ भूर्भुवः स्वः तत्सवितुर्वरेण्यं
भर्गो देवस्य धीमहि
धियो योनः प्रचोऽदयात् ।'
(अर्घ्याचे गंगाजल पात्रात पडल्याचा अत्यंत मंद असा ध्वनी)

हे त्रिवार उद्गान अस्पष्ट होत जाते. त्याचे भावगर्भ वातावरण क्षणकाल तसेच रंगगृहात नांदून राहते...

कथाभागाचे तोंड फोडत स्पष्ट, आरोह-अवरोह असलेले भावमय निवेदन येते—)

निवेदक : महाभारत!! भारतीयांनी पिढ्यान् पिढ्या अंतरंगावर कोरून घेतलेले,

काळालाही पुसता न येणारे— देखणे भावशिल्प! महाभारत!!
जीवनात जे जे म्हणून 'महान' आहे ते ते भारतीयांना प्रदान करणारे—
एक अमृतकाव्य!
त्या अमृतकाव्यातील एका दीप्तिमान सूर्यकुळाची, भावविभावांची,
हर्षविमर्षांची ही रोमांचमय, विस्फोटकारी संघर्षकथा...

(शंख, मृदंग, पावा, निरनिराळ्या घंटिका, भेरी यांचे प्रथम अलग अलग दमदार स्वर घुमतात. मग एकमेकांत घुसल्यासारखे ते पूर्ण मिसळून एक अद्‌भुत स्वरतांडव उठवितात. हे तांडव हळूहळू लय पावते.)

(वासंतिक स्पर्धेचे भान देणारी वाक्ये-)
'कुरूंच्या राजनगर हस्तिनापुरात— गुरू द्रोणांच्या मार्गदर्शनाखाली
युद्धकलेचे शिक्षण घेत होते... शंभर कौरव आणि पाच पांडव.
गदा, शूल, चक्र, तोमर, शतघ्नी, धनुर्वेद, सर्व शस्त्रास्त्रांचे निष्ठापूर्वक
शिक्षण घेऊन ते झाले निष्णात. वाढले... बलदंड झाले— सर्व
राजपुत्र— साग, पलाश, देवदार वृक्षांसारखे.
आणि— हस्तिनापुराच्या राजवैभवी क्षितिजावर उगवला तो दिवस...
राजपुत्रांतील सर्वश्रेष्ठ अजिंक्य धनुर्वीराच्या निवडीचा. वासंतिक
स्पर्धेचा!! वासंतिक स्पर्धेसाठी सिद्ध केलेला. हस्तिनापुराच्या सीमेलगतचा
आखाडा गेला फुलून हजारो प्रेक्षकगणांनी...'

(हस्तिनापुराच्या सीमेलगत कौरव-पांडवांतील सर्वश्रेष्ठ वीर निवडणारा वासंतिक स्पर्धेचा आखाडा प्रेक्षकगणांनी तुडुंब भरला आहे. हर्षोद्‌गार काढणाऱ्या, उत्साही जमावाच्या कलकलाटाचे भान देणारा आवाज एका लयीत उमटत, क्रमशः वाढत जातो. तो संपूर्ण रंगगृह व्यापून नांदत राहतो.

टाळ्यांचा प्रचंड कडकडाट उठतो. त्या कडकडाटाला पार्श्वभूमीवर टाकत प्रेक्षकगणांचे सांघिक व धुंद असे हर्षोद्‌गार कल्लोळत येतात—

'धन्यऽ धन्यऽ पांडुपुत्र अर्जुना, धन्य!'
'जयतुऽ जयतुऽ सर्वश्रेष्ठ धनुर्वीरा, जयतु...'
'शुभं भवतुऽ नरवीर पार्था, शुभं भवतुऽ'
'शिवाऽस्ते, शिवाऽस्ते कौन्तेया शिवाऽस्ते...'

टाळ्यांचा कडकडाट व भारावल्या प्रेक्षकगणांचा प्रचंड कलकलाट चढता असतानाच—

रंगमंचाचा आघाडी पडदा हळूहळू फुटत जातो— संपूर्ण रंगमंच उजळतो.)

(रंगमंच : वासंतिक स्पर्धेचा आखाड्याचा चौथरा. त्या चौथऱ्याच्या मागे, प्रेक्षकांना स्पष्ट दिसेल अशी मंडलाकृती युवकांची आसने आहेत. त्यावर एका

बाजूला अश्वत्थामा, दु:शासन, दुर्योधन बसलेले दिसताहेत. दुसऱ्या बाजूला युधिष्ठिर, भीम बसलेले दिसताहेत.

त्यांच्या मागे राजमंडळाची उच्चासने मंडलाकृती आहेत. त्यांवर मध्यभागी महाराज धृतराष्ट्र, त्यांच्या उजव्या हाताला पितामह भीष्म आहेत. डाव्या हाताला कुरुकुलाचे आचार्य द्रोण, कृपाचार्य बसले आहेत. हातात राजदंड तोलून अमात्य वृषवर्मा उभे आहेत.

राजकुमार भीम— अर्जुनाच्या डोळ्यांवर बांधलेली वस्त्रपट्टी सोडतो. अर्जुनानं नुकताच, डोळे झाकलेले असतानाही आवाजाचा लक्ष्यभेद अचूक केला आहे.)

वृषवर्मा : कुरुकुलाचा अमात्य या नात्यानं मी, राजमंडळ आणि नगरजनांच्या वतीनं, आजच्या स्पर्धेतील सर्वश्रेष्ठ धनुर्धर, राजपुत्र अर्जुन यांचं अंत:करणपूर्वक अभिनंदन करतो (टाळ्या). धन्य, कृतार्थ झाली आज आमची नेत्रपाती! वीरश्रेष्ठ, आजवर या राजनगर हस्तिनापुरात कित्येक वासंतिक स्पर्धा झडल्या, पण— पण निखळ स्पर्धेचा रंगीबिरंगी वसंत फुलला तो केवळ आजच. आणि तोही तुमच्या रूपानं.

धैर्यशील धनंजय, गेल्या दोन घटिका तुम्ही इथे जमलेल्या हस्तिनापूरवासीयांच्या उत्सुक नेत्रांचे, अक्षरश: पारणे फेडलेत. चापल्याचा, कौशल्याचा, मनाच्या एकाग्रतेचा जो नेत्रदीपक आविष्कार तुम्ही आज घडविलात, तो हस्तिनापूरच्या कुरुवीरांनी पूर्वी कधीच पाहिला नसेल. या स्पर्धेतील अंतिम निर्णय देणारा, धनुर्विद्येतील बिकट कौशल्याचा, आवाजाचा जो लक्ष्यभेद तुम्ही अचूक साधलात त्याला तर, हे राजपुत्र, तोडच नाही.

डोळे वस्त्रपट्टीनं झाकलेले असताना, कानांवर पडणाऱ्या केवळ आवाजाचा माग घेत, वीरासनाच्या पवित्र्यात बसलेल्या तुमच्या हातातील धनुष्य जेव्हा लक्ष्यवेधासाठी सरसर फिरू लागलं— तेव्हा— तेव्हा क्षणभर इथल्या हजारो हृदयांची धडधडही थांबली. लक्ष्यभेदात तुम्हाला व्यत्यय येईल म्हणून!! आणि त्यांच्या रसिकतेचे पांग फेडीत तुमच्या धनुष्यातून, अभिचारासह मंत्रित असा सूचिबाण जेव्हा सुटला... तेव्हा— तेव्हा त्याच्यामागून हजारो अधीर नेत्रांचे पक्षीच पक्षी फडफडत गेले. त्या लक्ष्यभेदी बाणफेकीनं, ज्या क्षणी या स्पर्धाक्षेत्रात भुंकत धावणाऱ्या श्वानाचा आवाज तुम्ही अचूक कोंडून टाकलात त्या क्षणीच— त्या क्षणीच हे वीर, तुम्ही आजचे सर्वश्रेष्ठ धनुर्धर ठरलात. धन्य, धन्य आहे तुमची धनुर्वेदाच्या शिष्यवरा!!

पौरुषसंपन्न पाऽर्थ, तुमचा— तुमचा या हस्तिनापूरच्या समस्त पौरजनांना आज सार्थ-सार्थ अभिमान वाटतो आहे. त्यासाठी सर्वश्रेष्ठ 'अजिंक्य धनुर्वीर' म्हणून, कुरुकुलाचे थोर आचार्य, या स्पर्धेचे संयोजक, गुरुदेव द्रोण— सर्वांच्या साक्षीनं, नीलकमलाची मानाची गौरवमाला तुमच्या कंठी चढवितील— (हातातील राजदंड पुन्हा उंच उठवीत—) सर्वश्रेष्ठ, अजिंक्य धनुर्वीर अर्जुनऽऽ (घोषणा)

('जयतुऽ. जयतुऽ. जयतुऽ.' प्रचंड प्रतिसाद मिळतो. टाळ्याच टाळ्या झडू लागतात. त्या जयनादांच्या— टाळयांच्या गजरात गुरू द्रोण आसनावरून उठतात. संथ, धिम्या चालीत द्रोण चौथरा चढून येतात. तबकातील नीलमाला अर्जुनाच्या कंठी चढविण्यासाठी वर उठत असताना टाळ्या, वाद्ये— 'वीर अर्जुन- जयतु!' 'गुरुद्रोण- जयतु' अशा घोषणा कल्लोळत राहिल्याने वातावरण केवळ धुंद धुंद झाले आहे. भीष्म, विदुर, कृप, अश्वत्थामा यांनी आपले उजवे हात आशीर्वाद— शुभेच्छा यांसाठी वर उचलले आहेत. वृषवर्मांनी राजदंड खूपसा व सरळ उंच उठविला आहे. माला अर्जुनाच्या गळयात पडणार एवढ्यात— एक दमदार, दणदणता शङ्ख ठोकल्याचा ठणकारता आवाज उठतो. भयावह अशा स्वरांची लाटच लाट प्रथम रंगमंचावर उसळत येते. पाठोपाठ बेभान, सैरभैर झालेला, आव्हानाचे दमदार पदन्यास टाकणारा— एखादा तेजाचा लोळच यावा तसा कर्ण— "थांबाऽऽ!!" अशी जरबी आरोळी देत रंगमंचावर झेपावतो.

कर्ण संथ पावले टाकत चौथऱ्याच्या मध्यभागी ठाकतो. अर्जुनावर आव्हानाची नजर क्षणभर रोखतो. सारेच त्याच्याकडे अवाक होऊन बघताहेत. धृतराष्ट्र त्याला बघता येत नाही म्हणून तळमळतो आहे.)

कर्ण : (राजमंडळाकडे नजर रोखत) सर्वश्रेष्ठ, अजिंक्यवीर म्हणवून घेणाऱ्या या— या अर्जुनाशी, सर्वश्रेष्ठ स्पर्धा खेळण्याची आज मला संधी मिळेल काय?

(हा कोण? अशा आशयाचे हातवारे करीत प्रत्येक जण शेजाऱ्याकडे भुवया ताणून बघतो आहे. कुजबुज माजते आहे. एकटा दुर्योधन त्याला एकटक निरखतो आहे. कर्णाच्या प्रश्नाला जाब न मिळाल्याने तो किंचित अस्वस्थ झाला आहे.)

कर्ण : (शांतता असह्य होऊन) काय? वीरत्वाचा सदैव गौरव करणारी कुरूंच्या राजमंडळाची न्यायप्रियता आज संपुष्टात आली? (चौथऱ्यावर चौफेर झेपावते फेर टाकत) काय? पुरुषार्थाची पूजा बांधणाऱ्या हस्तिनापूरच्या पौरजनांची न्यायदानी वृत्तीही लोप पावली? नाही मिळणार मला संधी? का?

(प्रेक्षागृह निग्रहाने प्रतिसाद देत गर्जते— 'त्याला संधी द्या. त्याला स्पर्धा खेळू द्या! अर्जुन निर्विवाद अजिंक्य ठरू द्या!' कर्णाची चर्या उजळते आहे. उठू बघणाऱ्या धृतराष्ट्राला भीष्म थोपवून धरताहेत हे बघून खवळलेला युवराज दुर्योधन उठतो.)

दुर्योधन : (निग्रहाने) त्याला संधी मिळालीच पाहिजे. (अर्जुनाकडे तिरस्काराने बघतो)

भीष्म : (दुर्योधनाला बसण्याची खूण करीत) हे निर्भय वीरा, कुरूंच्या राजमंडळाची न्यायप्रियता जिभेच्या खड्गावर कुणालाही तोलता येण्यासारखी नाही! या वासंतिक स्पर्धेत तू अवश्यमेव उतरू शकतोस. (टाळ्यांची दाद मिळते.) तुझ्या ठायींचे सर्व कौशल्य तू या आखाड्यात प्रकट करू शकतोस. जे जे विक्रम राजपुत्र अर्जुनानं इथं सिद्ध केले आहेत, ते ते सर्व तूही प्रस्थापित करू शकतोस. ज्येष्ठ कुरू म्हणून मी तुला त्यासाठी सानंद अनुज्ञा देत आहे. (हात उठवितो.)

कर्ण : (भीष्मांना अभिवादन करून पण त्यांच्यासारखेच खोचक) पितामह, उशिरा का होईना पण मला न्यायदान केल्याबद्दल मी आपला अत्यंत ऋणी आहे. पण— पण खड्ग, चक्र, गदा, शूल, तोमर, शतघ्नी यांचे केवळ डोळे सुखविणारे, अंतःपुरी प्रकारांचे प्रदर्शन मांडण्यासाठी मी इथं आलो नाही. मला कुणाचीही आणि कसलीच भिक्षा नको आहे. मी आलो आहे सर्वश्रेष्ठ आव्हान घेऊन. निर्विवाद आव्हान घेऊन!

भीष्म : (आश्चर्याने) आव्हान? कसले आव्हान?

कर्ण : वीर म्हणविणारा कोणताच पुरुष जे कधीही अव्हेरत नाही, नाकारत नाही ते!

अर्जुन : (असह्य झाल्याने) कसले आव्हान?

कर्ण : (भक्कम मूठ वळून वर उठवीत) निर्णायक द्वंद्वयुद्धाचे! (संगीताचा झणत्कारी ठेका उठतो. 'काय?' म्हणत दुर्योधन सर्वांत प्रथम हर्षातिरेकाने ताडकन उठतो. पाठोपाठ धृतराष्ट्राखेरीज सर्व जण 'द्वंद्व?' म्हणत अवाक होऊन उठतात.)

धृतराष्ट्र : पण अमात्य वृषवर्मा, अचानक इथे प्रवेशून, अजिंक्य झालेल्या अर्जुनाला गोंधळात टाकणारे आव्हान देणारा, तो वीर आहे तरी कोण?

कर्ण : मी— मी कर्ण. या अजिंक्य म्हणविणाऱ्या अर्जुनाला राजमंडळ आणि कुरुयोद्धे यांच्या समक्ष, समस्त हस्तिनापूरवासीयांच्या साक्षीनं

निर्विवाद, निर्णायक द्वंद्वाचं आव्हान देतो आहे. (पुन्हा वळली मूठ वर चढवितो.)

भीष्म : कर्णा, जाणतोस? द्वंद्वाचा अंतिम निर्णय काय असतो?

कर्ण : विजय किंवा मरण!! एक तर तुमच्या या 'सर्वश्रेष्ठ' वीरानं माझ्या या सोनेरी देहाची पायदंडी तुडवीतच ती नीलकमलांची गौरवमाला कंठी चढवावी— नाही तर—

दुर्योधन : (एकदम) हे द्वंद्व झालंच पाहिजे. ही वासंतिक स्पर्धा आहे. सर्वश्रेष्ठ वीरत्व निवडणारी. ती निर्दोषच समाप्त झाली पाहिजे.
('द्वंद्व पाहिजे, द्वंद्व पाहिजे' अशा आरोळ्या उठतात.)

अर्जुन : शांतता! शांत व्हा. ठीक आहे. या स्पर्धेतील केवळ अजिंक्य वीर म्हणूनच नव्हे तर पांडुपुत्र म्हणून, 'कौंतेय' अर्जुन म्हणून हे— हे द्वंद्वयुद्धाचे आव्हान मी स्वीकारीत आहे. (टाळ्यांचा कडकडाट होतो. कर्ण-अर्जुन द्वंद्वयुद्धाच्या तयारीसाठी सलामी देऊन वळू लागतात तोच—)

कृपाचार्य : थांबाऽऽ! (कर्ण-अर्जुन चौथऱ्यावरच थांबतात. कृप चौथऱ्यावर येऊन) हा नीतिनियमाचा प्रच्छन्न भंग चालला आहे. हे द्वंद्वयुद्ध तसं होऊच शकत नाही. द्वंद्व म्हणजे एक तर प्रत्यक्ष मरण किंवा स्पष्ट विजय. युद्धातील पराकोटीचा हा प्रकार. त्यासाठीच परंपरेनं द्वंद्वयुद्धाला काही कडक नीतिनियम आखून दिले आहेत. पितामह, महाराज, आचार्य ते नीतिनियम जाणतात. नगरजनांना ते माहीत नसतील तर मी सांगतो— युद्धशास्त्राच्या आणि धर्माच्या नीतिनियमाप्रमाणं, फक्त— फक्त समान कुलांतील योद्ध्यांतच खेळलं जाऊ शकतं द्वंद्व!

कर्ण : कुणी केले हे नीतिनियम आणि का?

कृपाचार्य : पूर्वासूरींनी— ज्ञानवंतांनी. हा राजपुत्र अर्जुन 'क्षत्रिय' कुलोत्पन्न आहे. त्याच्याशी प्राणान्तिक द्वंद्व खेळायचंच असेल तर— या कर्णानं आपल्या त्या दिव्य, तेजस्वी कुलाचं नाव एकदा पौरजनांसमोर घोषित करावं. अर्जुन अवश्य हे आव्हान तोलेल. हा क्षत्रियांचा— वासंतिक स्पर्धेचा गौरवशाली आखाडा आहे— व्यापारपेठ नव्हे.
(कुलाचे नाव हे उच्चार ऐकताच कर्ण सैरभैर झाला आहे. त्याची चर्या उतरली आहे. काय सांगावे त्याला सुचत नाही. त्या स्थितीतच भीम त्याला फटकारतो-)

भीम : कुरुकुलाचा वारसा सांगणारा माझा बंधु अर्जुन, दिग्विजयी महाराज पांडु आणि राजमाता कुंतीदेवी यांचा पुत्र आहे. सांग— तू कुणाचा

कोण आहेस? कुठले आहे तुझे तेजस्वी क्षत्रियकुल?

(प्रेक्षागार मागणी करते— 'वीरा, तुझे कुल घोषित कर. सांग तू कोण आहेस? तू कोण आहेस?' असह्य कोंडी झालेला कर्ण केवळ विद्ध— विव्हल झाला आहे. भांबावून, गोंधळून, कोंदटून चारीकडे बघतो. मध्येच आभाळाकडे मान उठवितो. स्वत:भोवती चारीकडे काही तरी शोधल्यागत भ्रमिष्टासारखा चौथऱ्यावर फरफटला जातो. 'कुल सांग...' ह्या आरोळ्या त्याचा क्रूर पाठलागच करताहेत. आता चौथरा भयानक कुचमून गेला आहे.)

दुर्योधन : (ताडकन उठत) काय प्रकार चालला आहे हा? (कृपाचार्यांवर आव्हानी नजर रोखून— अर्जुनाकडे तिरस्काराची मान झटकून—) बस्स! हा नीतिनियमांचा प्रच्छन्न भंग नाही, तर— कृपाचार्यांनी पराक्रमाच्या चौथऱ्यावर चालविलेली एका पराक्रमी पुरुषाची निर्दय विटंबना आहे. केवळ क्रूर चेष्टा आहे. समानता? कसली समानता? समानतेनं वाढण्यासाठी उगवतं ते माळरानावरच्या कुरणातील गवत— आभाळाशी स्पर्धा मांडणारे वृक्ष नव्हेत! क्षत्रिय? कोण- कुठला- कसला क्षत्रिय? काय कमी आहे 'क्षत्रिय' म्हणून या निर्भय, वीर कर्णात?

हे कृपाचार्य मला सांगतील काय, की धर्मशास्त्राप्रमाणं क्षत्रिय कुणाला म्हणतात? (अर्जुनाकडे हात करीत) या शिष्यावरच्या अंध प्रेमानं त्यांना आता स्मरत नसेल तर ते मी सांगतो— क्षत्रिय कुणाला म्हणतं धर्मशास्त्र?

कृपाचार्य : दुर्योधन, धर्मशास्त्राचे पाठ आचार्यांना शिष्याकडून शिकण्याची आवश्यकता नाही. धर्मशास्त्र सांगतं, राजकुलात जन्मतो तोच असतो क्षत्रिय. ज्याला स्वत:चं असं राज्य असतं, सिंहासन असतं त्यालाच म्हणतात— आणि मानतात क्षत्रिय.

दुर्योधन : आचार्य, विसरता आहात आपण. धर्मशास्त्र त्यालाही म्हणतं क्षत्रिय— ज्याच्या बाहूत असतं प्रचंड सामर्थ्य. (अर्जुनाकडे तिरस्काराने बघत) तसं केवळ जन्मानंही लाभतं एखाद्याला क्षत्रियत्व, पण जन्म हा काही जगणाऱ्याचा पराक्रम नव्हे!

कृपाचार्य : मग अचानक इथे येऊन प्रत्यक्ष राजपुत्राला आव्हान देणाऱ्या या वीरशिरोमणीनं तरी कुठला केला आहे— बाहुबलाचा प्रचंड पराक्रम? ऐकू द्या तरी सर्वांना एकदा.

दुर्योधन : तो आताच दिसेल. आपल्या बाहूतील भक्कम सामर्थ्यावर विश्वास

ठेवूनच दिलं आहे या— या वीर कर्णानं द्वंद्वाचं प्रकट आव्हान. नियमभंग ही तर आहे आपण पुढं धरलेली निव्वळ वाऱ्याची ढाल. ती दिसत नाही— भासत नाही— म्हणूनच तर ती टिकू शकत नाही— मुळीच नाही. हे द्वंद्व आता अटळ आहे.

(रंगमंचावर— प्रेक्षागृहात कुजबुज माजते. कुठलाही फाटा कुणालाही फोडू द्यायला तयार नसलेला दुर्योधन तातडीनं काही बोलू बघतो.)

कृपाचार्य : नाही. हे द्वंद्व धर्मबाह्य आहे. या कर्णाची पात्रताच नाही, राजपुत्र अर्जुनाशी द्वंद्वासाठी मस्तक भिडविण्याची.

दुर्योधन : असंच असेल तर— तर मी— मी कुरुकुलाचा युवराज दुर्योधन आत्ता आणि याच ठिकाणी स्पष्ट सिद्ध करतो की हा निर्भय, वीर कर्णसुद्धा क्षत्रियच आहे.

मी— मी दुर्योधन घोषित करतो की, आत्ताच आणि या गौरवी चौथऱ्यावर, सर्वांसमक्ष मी या तेजस्वी आणि विक्रमी वीराला अंगदेशाचा अभिषिक्त राजा करणार आहे. आजवर कौरवांच्या आधिपत्याखाली असलेला, मगध देशाजवळचा, चंपानगरानं संपन्न असा अंगदेश आत्ता या क्षणापासून या कर्णाचा झाला आहे. हा कर्ण— कर्ण 'अंगराज' झाला आहे. एकशे एकावा कुरू झाला आहे...

कर्ण : (एकदम) युवराज दुर्योधन, पण हे का आणि कशासाठी?

दुर्योधन : वीरा, धैर्य धर. जीवन हे कधीच जात नसतं सूचिबाणासारखं नाकासमोर. ते जातं नागमोडी वळणं घेत जिह्म बाणासारखं. (टाळी देतो.) सेवकऽऽ— (एका विंगकडून एक सेवक येतो.) जा, पुरोहितांना पाचारण करा! (सेवक जातो.)

(दुसरी टाळी देतो, दुसरा सेवक येतो. त्याला-)

अभिषेकाचं मंत्रित जल आणा. (सेवक जातो.)

(दुर्योधन तिसरी टाळी देतो—)

भीम : (करड्या आवाजात) दुर्योधन, काय चाललं आहे हे?

दुर्योधन : (थंडपणे) समानता... धर्मशास्त्राचं पालन... (आलेल्या तिसऱ्या सेवकाला) जा, राजवस्त्र, मुकुट आणि सिंहासन आणा.

(दुर्योधन सनईच्या मंगल नादात कर्णाच्या मस्तकी राजकिरीट ठेवतो.)

अधिरथ : (प्रवेशून) वसु, वसुसेना.

कर्ण : कोऽण?

(अधिरथाजवळ जातो. त्याच्या पायांना हात भिडवितो. अधिरथाच्या हातातील काठी गळून पडते.)

अधिरथ : वसुसेना, कर्णा, पुत्रा, तू— तूच आहेस ना? डोळे भरून आल्यानं दिसत नाही रे मला. पुत्राऽऽ (कर्णाची कुंडलं चाचपतो.)

कर्ण : बाबाऽ, मी— मी तुमचा वसूच आहे. (अधिरथ एकदम त्याला गाढ आलिंगनात घेतो. कर्ण त्याला विंगमध्ये हात धरून पोचवितो.)

कृपाचार्य : (कर्णावर बोट रोखून) पौरजनहो! हा— कर्ण— कर्ण एका सारथ्याचा पुत्र आहे. महाराजांचा सारथी अधिरथ— याचा हा कर्ण वंशज आहे. सूतपुत्र आहे! क्षत्रिय-कुलोत्पन्न राजपुत्र अर्जुन आणि एक हीनकुलोत्पन्न सूतपुत्र यांचं द्वंद्व कधीच होऊ शकत नाही. कधीच नाही. धरतीवरचे काळे हत्ती सूर्यरथाच्या सुवर्णी अश्वांबरोबर कधीच बांधले जात नसतात!!

भीम : (एकदम उठून) काय? सारथ्याचा पुत्र? सूतपुत्र? (विकट हसतो) य:कश्चित सारथी?— मग आचार्य, तो— तो या वीरांच्या आखाड्यात आलाच कसा? धाडसच कसं झालं त्याचं? सूता, जा— आपल्या कुळाला शोभणारा प्रतोद (आसूड) हातात घे. या चौथऱ्यावर चढण्यापेक्षा अश्वशाळेत जाऊन राजकुळाच्या घोड्यांना खरारा कर खरारा! अधरीय सावरून त्यांची लीद सावर लीद!! (भयानक हसतो.)

राजवाड्याच्या कळसावर बसून कपोतासारखा डौलदार घुमणारा माझा बंधू धनुर्धर अर्जुन कुणीकडे आणि जीर्ण पर्णकुटीच्या छपरावर बसून कर्कश रेकणारा हा काकपक्षी कुणीकडे? जा, धुळीत लोळणाऱ्या गारगोट्यांनी आकाशमंडळात तळपणाऱ्या नक्षत्रांशी स्पर्धा करण्याची उर्मट भाषा कधीच बोलू नये. जा— आपली अश्वशाळा गाठ. हाकला रे त्याला. हॅ:ऽ सूतपुत्र (हसतो).

दुर्योधन : भीऽम!!

(प्रेक्षकगण भीमाची हेटाळणी आता उचलून धरतात. कर्णाला शतधा— मरणप्राय यातना होतील असे कुत्सित, जळजळीत शब्द उठू लागतात— 'काय सारथ्याचा पुत्र? सूतपुत्र?' गायत्रीमंत्राचे कुचमलेले स्वर उठताना)

दुर्योधन : (कर्णाच्या पाठीशी होत) शांत व्हा!!... लक्षात ठेवा— कर्ण 'कर्ण' नाही— 'अंगराज' आहे. या दुर्योधनाचा सर्वांत प्राणप्रिय स्नेही झाला आहे तो. त्याला 'सारथ्याचा पुत्र' म्हणून, 'सूतपुत्र' म्हणून हिणवणाऱ्यांची उर्मट मस्तकं इथं अश्वांच्या टापांखाली रगडली जातील! हा कुरुवंशाच्या पराक्रमी वीरांचा आखाडा आहे. एका वीराचा इथं केलेला अपमान कधीच सहन केला जाणार नाही. मी युवराज म्हणून घोषित करतो. गुरुद्रोणांनी भरविलेल्या या स्पर्धा संपल्या आहेत. नगरजन परत

जाऊ शकतात. जाऽ पण— पण जाता जाता हे लक्षात ठेवा. आज द्वंद्व टळलं आहे दोन योद्ध्यांचं— पण आजच द्वंद्व सुरू झालं आहे... कुणालाही न टाळता येणाऱ्या घटनांचं!!

सेवक : (भेदरलेला— घाईचा प्रवेश घेऊन पितामह भीष्मांना) पितामह, राजस्त्रियांच्या सौधात राजमाता कुंतीदेवी— कुंतीदेवी अचानक मूर्च्छित झाल्या आहेत.

(अर्जुन, भीम, युधिष्ठिर, भीष्म, विदुर त्या वर्दीनं चमकतात. घाईनं रंगमंच सोडतात. फक्त कर्ण-दुर्योधन रंगमंचावर)

दुर्योधन : हॅ:ऽऽ! (चौथ्यावरून नीलमालेला लाथ मारू बघतो. पुन्हा थांबतो. *त्याला तसा बघून कर्ण स्वत:शीच मान डोलवतो; आणि वळून जायला निघतो.*)

दुर्योधन : अंगराज, हे काय?

कर्ण : नाही... मी 'अंगराज' नाही. युवराज, मला हे राज्यपद, सिंहासन, मुकुट, सगळं सगळं कवडीमोलाचं आहे. सिंदूर माखून यज्ञवेदीकडे नेला जाणारा बळी आणि या चौथ्यावरचा आजचा मी यांत काय फरक आहे? सर्वांनी दात विचकून केलेला हा प्रकट अपमान. मरणाहून भयंकर अपमान! नाऽही— युवराजऽ नाही!

दुर्योधन : शांत हो.

कर्ण : कुठल्या कुलात जन्माला येणं हे दैवाधीन नाही काय? पुरुषार्थ बाहूच्या बळात नाहीच का कधी मानला जाणार? नाही युवराजा, जन्माबरोबरच या माझ्या देहाला एक अभेद्य कवच लाभलं आहे— पण— पण त्याऐवजी ते— ते माझ्या मनाला लाभलं असतं तर!! जाणार— कुरुकुलाच्या युवराज दुर्योधना, आज याच पावली मी हस्तिनापूर सोडून जाणार. (जायला निघतो.)

दुर्योधन : (लगबगीने) कुठं? आणि का?

कर्ण : त्या माझ्या जगाकडं. जन्मग्राम चंपानगराकडं. जिथं हृदयातल्या माणुसकीला जागवीत सारथी- सारथ्यांना सोबत देतात, सावरत असतात. जिथं गंगेच्या लाटेसारखी माणसं आतबाहेर निर्मळ असतात. जिथं हातात घेतलेला आसूड राजदंडापेक्षाही मौल्यवान वाटतो. जिथं खऱ्यासाठी घोड्याच्या पाठीवर फिरणारा हात- आपल्याच पाठीवरून मायेनं फिरणारा वाटतो. युवराजा, तुझं हे 'हृदयशून्य' जग माझ्यासाठी नाही. सामान्यांसाठी नाही. कधीच नाही...

दुर्योधन : वीरश्रेष्ठ कर्णा, निश्चयच झाला असेल तर तू अवश्य जाऊ शकतोस.

कोण रोखणार तुला? पण त्यापूर्वी एकच करू शकतोस...

कर्ण : काय? सांग युवराजा, अवश्य करीन मी ते तुझ्यासाठी.

दुर्योधन : ज्या स्नेहभावानं हा राजकिरीट मी तुझ्या मस्तकी चढविला त्याला ठोकरून— माझ्या मस्तकी असलेला हा राजमुकुट— त्या त्या नीलमालेजवळ आपल्या हातांनी फेकून— सर्वांसमक्ष घोषित केलेला माझा स्नेह लाथाडून मग— मगच अवश्य तू जाऊ शकतोस.

कर्ण : (कळवळून) नाऽही! ते शक्य नाही! सूतांनी सदैव स्नेह प्राणमोलाचा मानला आहे.

दुर्योधन : (वचनासाठी आपला हातपंजा त्याच्यापुढे धरत) राजद्वारात आणि स्मशानात एकाच खडतर भावनेनं ताठ उभा असतो तोच सच्चा स्नेह!! मित्रवर—

कर्ण : (निर्धाराने त्याच्यावर आपला बाहूसह संपूर्ण हातपंजा ठेवत) माझ्या देहावरचं हे सुवर्णी अभेद्य कवच दुभंगून गेलं, कानांतील ही मांसल कुंडलं निखळून पडली तरी कुरूंच्या युवराजा, हा सूतपुत्राचा 'घोड्यां'चा वारसा सांगणारा स्नेह सावलीसारखा 'अखंड' आणि 'अभंग' तुझ्या पाठीशीच राहील. (दोघेही गाढ आलिंगन देतात. दिवे मालवतात.)

प्रवेश दुसरा

(कर्णाचे अंत:पुराचे दालन. प्रेक्षकांसमोर येणाऱ्या त्या दालनाच्या भिंतीला एक प्रशस्त गवाक्ष आहे. त्यातून पलीकडचे स्वच्छ, निळसर— सकाळ उजळवीत असलेले आकाश दिसते आहे. दालनात एका चौरंगीवर झेपावत्या घोड्याची प्रतिमा स्पष्ट दिसते आहे. भित्तीवर सूर्यचिन्ह. कोपऱ्यात योद्ध्यांच्या एक-दोन लढाऊ पवित्र्याच्या प्रतिमा आहेत. दालनात आसने बैठका- कोपरे धरून चौरंग्या आहेत. थोडक्यात हे अंगराज कर्णाचे दालन आहे. वेळ सकाळफुटीबरोबरची आहे. कुठे तरी घंटानाद, शंखध्वनी ऐकू येतात.)

शोण : (वृषालीला) वहिनी, मी चाललो. (आतून वृषालीचा आवाज— 'थांबा भावोजी'. वृषाली प्रवेशते. तिच्या हातात भरजरी, गर्द, सुवर्णी वर्णाचं उत्तरीय आहे. शोण तिला बघताच वंदन करतो.) वहिनी, आपल्या सुदामनला युद्धशाळेतून घेऊन जायला पाहिजे लवकर गंगेवर. दादाचं स्नान, अर्घ्यदान आटोपलंही असेल.

वृषाली : शोणभावोजी, आज का कुणास ठाऊक, पण मला चिंता वाटते. अंगराज कधी नव्हे ते हे उत्तरीय इथंच विसरून गेले गंगेवर. (वृषाली

उत्तरीय शोणाकडे देत) किती शोभून दिसतं नाही हे त्यांच्या खांद्यावर, राजमाता कुंतीदेवींनी दिलं आहे एका दासीकडून पाठवून. कुणासाठी— का काहीच निरोप न देता. यांनाही आवडलं हे.

शोण : वहिनी, तुम्ही नको होतं हे पांडवमातेकडून आलेलं उत्तरीय स्वीकारायला. आणि तुम्ही स्वीकारलं तरी त्यानं पांघरलं कसं?

वृषाली : त्यांना नाही माहीत कुणाकडून आलंय ते.

शोण : मी सांगतो दादाला.

वृषाली : (तत्परतेने) नको. केवढं शोभून दिसतं नाही हे त्यांना?

शोण : ठीक आहे. नाही सांगत— निघतो मी... (शोण जातो. वृषाली मग येऊन गवाक्षाजवळ उभी राहते. कर्ण गंगेवरून परतला आहे. प्रवेशतो.)

कर्ण : (वृषालीजवळ जात) वृषाऽली. (ती दचकते.) एवढं स्वत:ला विसरून काय बघत होतीस?

वृषाली : आपणही गेला होतात विसरून—

कर्ण : काय?

वृषाली : उत्तरीय. (दोघेही हसतात.)

कर्ण : पण आमचा प्रश्न तसाच राहिला. एवढं काय बघत होतीस टक लावून गवाक्षातून?

वृषाली : (पुन्हा गवाक्षाजवळ जाऊन) दवबिंदू. (कर्णही जातो. बघू लागतो.)

कर्ण : व्वा. किती असंख्य आहेत ते. सूर्यकिरणांवर किती देखणे दिसतात. वृषाली, तुला काय वाटतं हे दवबिंदू बघताना?

वृषाली : वाटतं— पण सांगता नाही येत.

कर्ण : बघ तरी यत्न करून.

वृषाली : अंहं—

कर्ण : नाही सांगता येत? मी सांगू मला काय वाटलं ते?

अश्वत्थामा : (संथ प्रवेश घेत हसून) मी सांगावं काय? ते दवबिंदू म्हणजे काय आहे ते?

कर्ण : (आश्चर्याने) कोण गुरुपुत्र? (वंदन करतो.)

अश्वत्थामा : ते दवबिंदू म्हणजे माणसाच्या जीवनाचं एक उत्कृष्ट प्रतीकच आहे. (वृषाली आत जाते. दुधाचा चांदीचा प्याला घेऊन येते. अश्वत्थाम्याच्या हाती देते.) निसर्गातील प्रत्येक वस्तू माणसाला काही तरी धडा देण्यासाठीच विधात्यानं निर्माण केली आहे. (दुधाचा घोट घेतो. प्याला चौरंगीवर ठेवतो. मस्तकावरून आलेल्या शुभ्र वस्त्रपट्टीची गाठ गळ्याजवळ नीटशी करतो.)

कर्ण	: अश्वत्थामन्, मी नाही समजलो तुला काय म्हणायचं आहे ते.
अश्वत्थामा	: कर्णा, कुणाला तरी माहीत आहे काय की हे दवबिंदू कुठून येतात आणि कुठं जातात ते? माणसांचंही तसंच आहे. तो कुठून येतो आणि जातो कुठं कुणालाही नाही सांगता येत. हे दवबिंदू सूर्याचा प्रकाश घेऊन चमकतात. वाटावं की प्रत्येक दवबिंदू हा एक छोटा आणि स्वतंत्र सूर्यच आहे.
कर्ण	: छाऽन. गुरुपुत्र, तुझ्याशी बोलत राहावंसं वाटतं ते यासाठीच.
अश्वत्थामा	: अंगराज, हे चमकणारे दवबिंदू वायूच्या झुळकेवर मंद मंद झोके घेतात. आपल्याजवळ असलेली प्रकाशकिरणं बाहेर फेकतात. बघणाऱ्याला आनंदच आनंद देतात, पण— पण—
कर्ण	: पण काय?
अश्वत्थामा	: पण हाच वारा जरा का जोरात आला तर हेच प्रसन्न आणि हसरे दवबिंदू असंख्य जलबिंदू होऊन खालच्या मातीत विरून जातात. का-कू न करता— आक्रोश न करता.
कर्ण	: पण याचा माणसाशी काय संबंध?
अश्वत्थामा	: माणसांचंही अगदी तसंच आहे. एकाच परमात्म्याची ती असंख्य रूपं असतात. आपआपलं जीवन जगत असतात. जमेल तेवढ्या पुरुषार्थाच्या किरणांनी जग उजळतात. सौख्याच्या क्षणी आनंदानं डोलतात. आणि— आणि...
कर्ण	: आणि काय?
अश्वत्थामा	: (शांतपणे) मृत्यूची चाहूल आली की निमूटपणे त्याच्या स्वाधीन होतात. पिढ्यान् पिढ्या हे— हेच चालत आलंय. आदल्या दिवशी विरून गेले तरी दुसऱ्या दिवशीच्या नव्या सकाळी पुन्हा तृणपात्यांवर नवे दवबिंदू तयारच होतात. तसेच पिढ्यान् पिढ्या मृत्यू पावलेले मानव पुन्हा नव्या पिढीच्या रूपानं तयारच असतात... (कर्णाजवळ जातो.) मित्रवर, जीवन असीम अखंड आहे. चिरंतन आहे.
कर्ण	: (अश्वत्थाम्याजवळ येत) खरं आहे तुझं अश्वत्थामन्, पण— पण काही काही माणसांकडे पाहिलं तर त्यांचं जीवन तू म्हणतोस त्याप्रमाणं दवबिंदूसारखं आहे असं नाही रे वाटत. ते कधीच सौख्याच्या हिंदोळ्यावर झुललेले नसतात. त्यांनी कधीच कुठलेही पराक्रम केलेले नसतात. ते— ते...
अश्वत्थामा	: ते सुद्धा दवबिंदूसारखेच असतात (कर्ण चमकतो) फक्त— फक्त...
कर्ण	: फक्त काय?

अश्वत्थामा : फक्त ते दवबिंदू तृणपात्याच्या उलट्या बाजूला चिकटलेले असतात!! त्यांच्यापर्यंत सूर्याचे दिव्य किरण कधीच पोचत नाहीत. अज्ञानाच्या महान अंध:कारात असतात ते चाचपडत. (कर्ण कितीतरी गंभीर— अश्वत्थामा त्याच्या खांद्यावर हात चढवीत) सूर्यपूजका, तुझ्या कानांतील ही दिव्य कुंडलं पाहिली की मात्र वाटतं—

कर्ण : (अधीरतेने) काय— काय वाटतं तुला?

अश्वत्थामा : (शांतपणे) वाटतं दोन सूर्यच जसे तुझी चर्या बघायला अधीर होऊन ओळंबलेत!

कर्ण : (नाराज होत) शक्य— शक्य असतं तर ही कुंडलं छाटून तुझ्या हातांत ठेवली असती मी. माझ्यापेक्षा तुलाच शोभून दिसली असती ती.

शोण : छेऽऽ छेऽ. हात— हात टेकले बुवा दादा तुझ्या पुत्रासमोर. त्या सुदामनसमोर. (अश्वत्थाम्याकडे बघत) कोऽण, गुरुपुत्र? वंदन. (वृषालीला) वंदन वहिनी. (कर्णाजवळ जात त्याच्या पायांना हात भिडवून मस्तकाकडे नेतो. कर्ण त्याला हळुवार उठवितो.)

कर्ण : शोणा, काय केलं तरी काय असं माझ्या सुदामननं?

वृषाली : गेला असेल रथातून शोणभावोजींना घेऊन गंगेवर. नाही तर बसला असेल अडून मल्लविद्येचा बाहुकंटक डाव शिकवा म्हणून.

शोण : नाही वहिनी, ते तर मी रोजच करतो. पण आज त्यानं मला चांगलंच पेचात टाकलं. लहान नाही तो आता. चांऽगला सोळा वर्षांचा झालाय की.

कर्ण : अरे, पण केलं तरी काय त्यानं?

शोण : नेहमीसारखा आला माझ्याबरोबर गंगेवर. स्नान झालं. देवदर्शन झालं. मंदिराबाहेर पडताच मात्र तो ओवरीच्या दगडी चौथऱ्यावर बसला. मी विचारलं, का बसलास असा? म्हणाला काका, माझ्या एका प्रश्नाचं उत्तर तुम्ही दिलंच पाहिजे. मी म्हणालो, ठीक आहे. एवढंच ना? चल रथात. विचार तुझा प्रश्न.

कर्ण : मग?

शोण : तो म्हणाला, तुम्ही उत्तर दिलंत तरच उठेन मी इथून. माझा नाइलाज झाला अगदी— म्हटलं, विचार बघू तुला काय विचारायचंय ते?

कर्ण : शोणा, अरे, काय विचारला तरी काय त्यानं तुला प्रश्न?

शोण : म्हणाला—

वृषाली : काय म्हणाला माझा सुदामन्? नक्कीच पेचात टाकलं असणार

त्यानं तुम्हाला. म्हणूनच झाला तुमचा एवढा त्रागा. तुम्हाला त्याच्या प्रश्नाचं उत्तरच देता आलं नसणार.

शोण : खरंच वहिनी, नाही देता आलं मला उत्तर— त्यानं विचारलं- काका, काका, माझ्या कानांत का नाहीत झगमगती कुंडलं? मला का नाही अभेद्य कवच आणि सोनेरी केसावळ? (एक झंकार उठतो. कर्ण ते ऐकताच सैरभैर होतो. वृषाली खिन्न होते. अश्वत्थामा विचारात पडला आहे. शोण कर्णाजवळ जात) दादा, तू लहानपणी माझे खांदे गदगदा हालवीत मला विचारायचास— शोणा, मला, मला— एकट्यालाच का लाभली ही कुंडलं? माझ्या एकट्याच्याच अंगावर का आहे हे अभेद्य कवच? तुझा पुत्र आता विचारतो आहे, मला का नाही मिळाली कवचकुंडलं? अरे, मी काय द्यायचं उत्तर तुम्हा दोघांना?

कर्ण : ते— तेच मला समजत नाही. मला, मला— एकट्यालाच का लाभलीत ही कवच-कुंडलं? माझ्या पुत्राला ती का नाही मिळाली? तुला का नाही मिळाली? मी आहे तरी कोण? तुम्ही सारे माझे कोण आहात?

अश्वत्थामा : (शांतपणे कर्णाजवळ येतो.) अंगराज, तू या शोणाचा ज्येष्ठ बंधू आहेस. वृषालीवहिनींचा पती आहेस. सुदामनूचा पिता आहेस. आणि— आणि माझा स्नेही आहेस. असा गोंधळतोस का? माझ्यासमोरही असाच एक प्रश्न आहे. माहीत आहे तुला मी माझ्या मस्तकावर ही वस्त्रपट्टी का घेतो?

कर्ण : गुरुपुत्र, का— का घेतोस तू ही वस्त्रपट्टी मस्तकावर? (शोण, वृषालीही उत्सुक झाले आहेत.)

अश्वत्थामा : (सर्वांपासून एकटा होत) माझ्या— माझ्या मस्तकावरही आहे एक मांसल मणीऽऽ—

कर्ण : (आश्चर्याने) काय म्हणतोस काय?

अश्वत्थामा : होय. आणि मलाही पडतो कधी कधी प्रश्न की, मला एकट्यालाच तो का मिळालाय? माझ्या गुरुपित्यालाही तो का नाही मिळाला? कोण देणार या प्रश्नाचं उत्तर?

दुर्योधन : (प्रवेशत) मी— मी देतो त्याचं उत्तर. अश्वत्थामा, तुझ्या प्रश्नाचं उत्तर मी देतो.

कर्ण-

अश्वत्थामा : कोण, युवराज?

दुर्योधन : अरे, तुमचे प्रश्न मुळात प्रश्नच नाहीत! (हसतो.)

अश्वत्थामा-

कर्ण : म्हणजे?

दुर्योधन : (एकटा होत. पुढे येत) मलाही पडतो कधी कधी एक प्रश्न.

कर्ण : कसला?

दुर्योधन : पितामहांना आहे, विदुरकाकांना आहे, आम्हा सर्व कौरवांना आहे, मग— मग एकट्या आमच्या महाराजांनाच का नसावी दृष्टी? पण, मी त्याचा कधीच फारसा विचार करीत नाही. (उत्तरीय झटकतो) मला तो प्रश्नच वाटत नाही कधी. बाकी अंगराजा, तुझ्या या कुंडलांमुळं, सोनेरी केशभारामुळं, अभेद्य कवचामुळं काय बोललं जातं हस्तिनापुरात तुझ्याबद्दल, माहीत आहे?

कर्ण : काय?

दुर्योधन : (हसत) तू स्त्रियांमध्ये प्रिय आहेस! अरे, तू अर्घ्यदानासाठी जेव्हा रोज गंगेकडे जायला निघतोस तेव्हा नगरस्त्रिया काही तरी निमित्त काढून आपल्या निवासांच्या गवाक्षांची कवाडं खडाखड उघडतात. (थांबतो.) तुला चोरट्या कटाक्षानं ओझरतं तरी बघता यावं म्हणून! तेच सांगण्यासाठी आलोय मी— रोज मार्ग बदलून टाकत जा तुझा गंगेकडे जाण्याचा. तेवढ्याच अधिक उत्सुक नेत्रांचं समाधान होईल. (शोणाला) शोणा, काळजी घेत जा नीट आपल्या दादाची. (अश्वत्थाम्याला) हं. काय गुरुपुत्र, आपली स्वारी कशी काय इकडे भल्या सकाळी अंगराजांच्या भेटीला?

अश्वत्थामा : आज गुरुपूजा आहे. त्याचं आमंत्रण द्यायला आलो होतो. पण बोलण्याच्या ओघात राहूनच गेलं ते.

दुर्योधन : गुरुपूजा? हां ठीक- ठीक. पण ऐकू द्या तरी एकदा अंगराजाचा गुरू कोण आहे ते. (अश्वत्थामा गोंधळात पडतो.)

शोण : साक्षात सूर्यदेवांना 'गुरू' मानलं आहे दादानं.

दुर्योधन : शोणा, अरे, ते तर सर्वांचेच गुरू आहेत. मी सांगतो आमच्या या अंगराज कर्णाचा गुरू कोण आहे ते. याचा— याचा गुरू हाच... (हसतो.)

कर्ण : (भारावून) युवराज...

दुर्योधन : मित्रवर, माणसानं कसं कासवासारखं असावं. अंग झाकून. फक्त प्रसंग पडेल तेव्हाच जगाचा कानोसा घेण्यासाठी मान बाहेर काढावी. आपलं खरं स्वरूप कुणालाच आणि कधीही कळू देऊ नये. स्वीकारावा

लागला तर काही काळ अंधपणाही स्वीकारावा. पण अशाच वेळी डोळे उघडावे की ज्यावेळी त्या डोळ्यांत जग जाळण्याची शक्ती आलेली असेल.

अश्वत्थामा : (न राहवून) पण का? जग हे जाळण्यापेक्षा फुलविण्यासाठी नाही काय?

दुर्योधन : ते तुला कधीच कळायचं नाही. गुरुपुत्र आहेस तू. ज्यांच्या हृदयांची राजकमळं वेळोवेळी पायदळी तुडविली जातात, उरतात पाकळ्या, उद्ध्वस्त झालेले केवळ रापट— काळे देठ, त्यांनाच हे कळतं आणि पटतंसुद्धा.

अश्वत्थामा : युवराज, मी बारीक बघतो आहे, जेव्हापासून पांडव आपल्या मातेसह हस्तिनापुरात आले आहेत— मन:शांती ढळून गेलीय तुझी.

दुर्योधन : नुसती ढळलेली नाही, संपूर्ण नष्ट झाली आहे ती.

कर्ण : का? भय वाटतं की काय तुला त्या भीमार्जुनांचं?

दुर्योधन : भय? मित्रा, अजून पाय नाही फुटले भयाला दुर्योधनाच्या आसपाससुद्धा फिरकण्यासाठी!

कर्ण : मग का ढळावी— नष्ट व्हावी तुझी मन:शांती? तुझं राजकारण हा काही माझा विषय नाही— आणि कधीच असणार नाही. माणसानं कासवासारखं असावं हे मला मान्य नाही. माणसानं— माणसानं कसं पायांबरोबर सामर्थ्य उमटवीत जाणाऱ्या सिंहासारखं असावं. आव्हान द्यावं तेही डरकाळीची थरकविणारी गर्जना उठवीतच. आज— आजही माझं अर्जुनाला दिलेलं द्वंद्वाचं आव्हान जिवंत आहे. अंगराज म्हणून नव्हे तर कर्ण म्हणूनच. दे पाठवून तसं भूर्जपत्र पांडवांच्या गोटात.

दुर्योधन : तुला साजेलसंच बोललास तू आणि नेहमीच बोलशील. पण ते पाच बंधू म्हणजे चालते बोलते सलग पाच पर्वत आहेत— पाच पर्वत.

कर्ण : म्हणूनच म्हणतो- सामर्थ्यशाली सत्याला तोंड द्यावं लागतं ते सामर्थ्यानंच.

दूत : (लगबगीनं प्रवेशून) युवराज, वारणावताहून वार्ता घेऊन तातडीचा अश्वसाद आला आहे. राजमाता कुंतीदेवीसह हवाबदलासाठी गेलेले... भीमार्जुनांसह सर्व पांडव...

दुर्योधन : (पुढे होत) हवाबदलासाठी? हांऽ हांऽ महाराजांनीच पाठविलं होतं त्यांना मी नको म्हणत असताना. झाला का त्यांचा हवाबदल?

कर्ण : (दुर्योधनाला) या— याच दूताबरोबर पाठवून दे युवराजा तुझं ते

भूर्जपत्र पांडवांना.

दूत : नाही. त्याचा उपयोग नाही अंगराज. पांडव— पांडव आपल्या मातेसह अग्नीच्या भक्ष्यस्थानी पडले! वारणावताच्या अरण्यात!

कर्ण : काऽय? (पुढे होत दूताचे खांदे धरून त्याला गदगदा हलवितो) काय— काय म्हणालास तू?

दूत : होय— अंगराज, पुरोचनांचा अश्वसाद ही वार्ता घेऊन नुकताच हस्तिनापुरात आला आहे. पांडवांचा त्यांच्या मातेसह अग्निसंस्कार आणि श्राद्धविधीही झाला वारणावतावर... सगळं राजकुळ कसं शोकसागरात बुडलं आहे.

कर्ण : नाही... हे शक्य नाही. सत्य नाही हे.

अश्वत्थामा : हे शक्यतेतलं सत्य आहे अंगराज.

दुर्योधन : (दांभिकपणे) अरेरे! असं व्हायला नको होतं. शत्रूलासुद्धा असं अपघाती मरण येऊ नये. प्रभंजना, जा— राजवास्तूवरचा राजध्वज खाली घ्यायला सांग ध्वजपालकाला. कशीही असली तरी काकीच होती ती आमची. मरणान्तानि वैराणि. (अश्वत्थाम्याजवळ येत) गुरुपुत्र, जीवनाबद्दल एवढं बोलतोस तू नेहमी, या क्षणी काही तरी बोल. तुला नाही वाटत वारणावतावरच्या रानटी जमातींनी पांडवांचा घात केला असेल असं?

अश्वत्थामा : (शांतपणे) मी काय आणि कसं बोलू? माणसानं कसं कासवासारखं असावं. अंग झाकून. (कर्णजवळ जातो) अंगराज, येतो मी. (विंगजवळ जाऊन थांबतो. पूर्ण विचाराने वळतो) कर्णा,

कर्ण : काय अश्वत्थामन्?

अश्वत्थामा : शोण म्हणाला ते— तेच सत्य आहे.

कर्ण : काय?

अश्वत्थामा : साक्षात सूर्यदेवच तुझे गुरू आहेत. कुणी आणि कधीही स्वतःचाच गुरू असू शकत नाही... येतो मी (जातो).

दुर्योधन : (कर्णजवळ जात) अंगराज, चलावं म्हणतो आम्हीही. तुला व्हावंसं वाटलेलं द्वंद्व आता कधीच होणार नाही. विधात्याचीच तशी इच्छा नव्हती हेच खरं. माणसानं कसं तू म्हणतोस तसंच असावं— सिंहासारखं. मागचं मागं टाकत पुढेच दृष्टी ठेवून! येतो आम्ही (जातो).

(कर्ण एकटाच रंगमंचावर उभा आहे. कानी पडलेल्या वार्तेत गुंतून पडला आहे. एका अनामिक ओढीनं भित्तीवरच्या सूर्य-चिन्हाखाली जाऊन ते निरखू

लागतो. कुठून तरी शब्द येऊ लागतात-

'पांडव आपल्या मातेसह अग्नीच्या भक्ष्यस्थानी पडले. अग्निसंस्कार आणि श्राद्धविधीही झाला त्यांचा.' 'माणसानं कसं सिंहासारखं—' (दुर्योधनाच्या आवाजात) 'नाऽही— कासवासारखं असावं' (हास्य). (कर्णाच्याच आवाजात) 'शक्य नाही. हे सत्य नाही. पांडव काही मेणाचे पुतळे नाहीत असे जळून राख व्हायला. लक्ष्यवेध करणारा अर्जुन, गदेचे भक्कम प्रहार ठोकणारा भीम—'

(विकट हास्य कर्णाच्याच आवाजात दणदणते. आवाज येतो-)

'ते— ते काही तुझ्यासारखे घडविलेले— बनविलेले अंगराज नाहीत. दुर्योधनाच्या कृपेचे.')

कर्ण : (सुन्न झाला आहे. फेकून देणाऱ्या आवाजात कानांवर हात घेत, डोळे मिटून पिळवटून गर्जतो) नको नको— मला हे अंगराजपद नको. नाही. मी धनुर्धर नाऽही. नाही खेळायचं मला द्वंद्व. नाऽही— नाऽही राहायचं मला या हस्तिनापुरात...

शोण : (भेदरलेला) दाऽदा, दादा— असं काय करतोस? काय— झालं तरी काय?

कर्ण : अं? क— काही नाही. काहीच नाही...

वृषाली : (प्रवेश घेत) पटलं एकदाचं शेवटी त्याला. किती हट्टी तरी—

शोण : (न कळून) वहिनी, काय पटलं आणि कुणाला?

वृषाली : सुदामनला. सांगितलं समजावून त्याला मी की— कवच-कुंडलं नाहीत म्हणून एवढं नाराज व्हायचं काही कारण नाही.

कर्ण : कसं— कसं सांगितलंस त्याला तू?

वृषाली : भोजनाच्या वेळी. आज मुद्दामच वाढला मी लोण्याचा गोळा त्याला आवडणाऱ्या अपूपांबरोबर. आणि मीच विचारले त्याला प्रश्न.

कर्ण : (उत्कंठेने) अगं, पण काय विचारलेस प्रश्न त्याला तू?

वृषाली : विचारलं, सुदू, हे लोणी कसं तयार होतं? तो सहज म्हणाला- दह्याचं ताक घुसळून. मी त्याला विचारच करू दिला नाही. प्रश्न केला, ताक-दही कशाचं जमवितात? अपूपाच्या घासानं तोंड भरलं असतानाही तो हसत म्हणाला, काय तरीच काय विचारतेस? अगं दुधापासून. मी त्याला तोंडचा घास गिळू दिला आणि शेवटचा प्रश्न केला- मग दुधात का नसतं लोणी? तेव्हा मात्र तो विचारात पडला. म्हणाला, त्याचं कसं कुणाला देता येईल उत्तर? मग मी म्हणाले— म्हणाले, तसंच आहे सुदू, तुला का नाहीत कवचकुंडलं याचं तरी

उत्तर कुणाला आणि कसं देता येईल? केवढ्यानं हसला तो. तबकातले सगळे अपूप फस्त केले त्यानं लोण्याबरोबर. (हसते.)

शोण : असं काय? लोण्याचा गोळा काय? कुठं आहे तो?

कर्ण : (सुस्कारत) हं.

दुर्योधन : (अमात्यांसह प्रवेशत) अंगराज, तुझ्या धनुर्विद्येच्या कौशल्याला आव्हान देणारा क्षण आला आहे. (वृषाली जायला निघते... तिला) वहिनी, थोड्या थांबता? तुम्हीही हव्या आहात हे पतीला आलेलं आव्हान ऐकायला.

कर्ण : कसलं आव्हान म्हणतोस तू कौरवा? द्वंद्वाचं?

दुर्योधन : नाही. आता कुणाशी आणि कसलं द्वंद्व? आणि म्हटलं तर हेही द्वंद्वाचंच आव्हान आहे— पण जरा नाजूक आणि सुगंधी द्वंद्वाचं आहे.

कर्ण : असं कोड्याचं काय बोलतोस? काय असेल ते स्पष्ट सांग.

दुर्योधन : (अमात्यांना) सांगा— अमात्य, स्पष्टच सांगा आमच्या धनुर्वीर अंगराजांना— नाही तर वाचाच ते भूर्जपत्र.

अमात्य : (झुकून) आज्ञा युवराज. (भूर्जपत्राची वळी उलगडून— खाकरून— संथ स्पष्ट उच्चारात वाचू लागतो.)

कुरुकुलभूषण, हस्तिनापुराधिप, राजराजेश्वर, नृपश्रेष्ठ महाराज धृतराष्ट्र यांचे सेवेत विज्ञापना—

पांचालभूषण, कांपिल्यनगराधिप, राजराजेश्वर, नृपवर, द्रुपदराज यांचे अनंत, विनीत प्रणिपात विशेष—

सांप्रत आमच्या राजमंडळी— द्रुपदकुलभूषण कन्या, अखंड सौभाग्यकांक्षिणी, चिरंजीव पांचाली उपनाम द्रौपदी इजला वीरवर नेमस्त करणेसाठी, स्वयंवराचे प्रयोजन मांडले आहे. स्वयंवर येत्या पौर्णिमेच्या सुमुहूर्ती संपन्न होत आहे.

कार्यास नेमस्त वर सिद्ध होण्यासाठी पण मांडला आहे तो ऐसा— राजनगराच्या प्राकारात एक प्रशस्त जलकुंड सिद्ध केले आहे. पौर्णिमेच्या सुप्रभाती ते मंत्रोच्चारात गंगा-सिंधु-सरस्वती-यमुना आदी सप्तनद्यांच्या पवित्र जलाने परिपूर्ण भरले जाईल. त्याच्या शिरोभागी, द्रुपदांच्या कुशल कारागिरांनी घडविलेले एक मत्स्ययंत्र स्थापित करण्यात येईल. स्वयंवरसमयी ते मत्स्ययंत्र मंत्रोच्चारात गतिमान करण्यात येईल. त्या यंत्रातील मंडलाकृती फिरणाऱ्या मत्स्याचे प्रतिबिंब, सप्तनद्यांच्या जलाशयात पडेल. त्या प्रतिबिंबावर दृष्टिवेध घेऊन, शिवधनुष्यावर बाण चढवून जो कोणी वीरश्रेष्ठ धनुर्धर

मत्स्याचा अचूक नेत्रछेद करील, त्यास पांचालकन्या वरमाला चढवील. त्या धनुर्धर वीर पतीच्या सेवेत अखंड आयुष्य वेचून— आर्यस्त्रीला ललामभूत असलेले जीवनसार्थक्य प्राप्त करून घेईल...

दुर्योधन : (मध्येच) इत्यादी-इत्यादी. (कर्णाजवळ येत) ऐकलंस? पांचालांची सुगंधी राजकन्या द्रौपदी हिच्या स्वयंवराचं हे आमंत्रण ऐकलंस अंगराज? म्हणूनच गेल्या पावली परतलो मी.

कर्ण : (शांतपणे) ऐकलं. स्वयंवरासाठी निघायच्या तयारीला लागला असाल तुम्ही. म्हणूनच आलास तू माझा निरोप घेण्यासाठी. मित्रवर, जयतु.

दुर्योधन : (हसतो) कर्णा, करणार आहोत काय आम्ही शंभर असलो तरी तिथं जाऊन?

कर्ण : म्हणजे?

दुर्योधन : (दूर होत) हा काय गदेचा पण आहे— की मल्लविद्येचा? हा पण आहे धनुर्विद्येचा. अखिल आर्यावर्तात फक्त दोघांनाच जिंकता येणारा. एक— एक अर्जुनाला (ढोंगीपणे) पण— पण तो तर बिचारा रानटी जमातींच्या अपघाताला बळी पडला... आणि दुसरा— दुसरा (थांबतो) दुसरा तू... तूच.

कर्ण : (दूर होत) छे. मी? (स्वत: सूतपुत्र आहोत या जाणिवेनं) मी— मी कसा भाग घेऊ शकणार या पणात? (वृषालीकडे बघत) आणि त्याची गरजच काय? नाही... युवराज, हा पण माझ्यासाठी नाही. मला त्याची मुळीच आवश्यकता नाही.

दुर्योधन : हे— हेच करीत आलास नेहमी तू स्वत:ला कमी लेखून. ठीक आहे. पाठवितो हे आमंत्रण मी परत— सोबत संदेश देऊनच की— कुरूंच्या हस्तिनापुरात पांचालांच्या पणाचं आव्हान स्वीकारणारा कुणीही धनुर्धर नाही. तुमच्या य:कश्चित मत्स्यापुढं आमची सर्व माणसं हतबल आहेत म्हणून. चला, अमात्य; दूत आणि संदेश तयार करा. (जायला निघतो).

कर्ण : थांब दुर्योधना, मी तयार आहे पणात उतरायला. अंगराज म्हणून कुठल्याही राजकन्येच्या प्राप्तीसाठी नाही— तर हस्तिनापूरची धनुर्विद्या जिवंत आहे हे स्वयंवरासाठी जमलेल्या क्षत्रियांना दाखविण्यासाठी— सूतपुत्र कर्ण म्हणून.

दुर्योधन : कर्णा, स्वयंवरासाठी तुझं पाऊल हस्तिनापुराबाहेर पडेल तेव्हाच पांचालांच्या कुपीतला सुगंध— गंगेच्या लहरी लहरीवर दरवळत येईल. येतो मी. (अमात्यासह जायला निघतो. पुन्हा परततो. वृषालीला

म्हणतो) क्षमा असावी वहिनी. तुमच्या वाट्याला आता एकच कुंडल उरेल! येतो आम्ही.

कर्ण	: वृषाली, नाराज झालीस तू?
वृषाली	: (शांतपणे) होय.
कर्ण	: समजून— समजून घे प्रिये.
वृषाली	: मी नाराजच आहे.
कर्ण	: का? (पुन्हा तिला पाठमोरा होतो).
वृषाली	: मी नाराज झाले ते एवढ्याचसाठी की—
कर्ण	: कशासाठी?
वृषाली	: आपण एकटेच जाणार आहात की काय स्वयंवराला? शोण— भावोजींना नाही नेणार? माझ्या सुदामनला नाही नेणार?
कर्ण	: वृषाली—
वृषाली	: होय. अंगराजांनी कांपिल्यनगरासाठी प्रस्थान ठेवताना त्या दोघांनाही समवेत ठेवावं. निदान— निदान—
कर्ण	: निदान काय?
वृषाली	: निदान त्यांच्या तोंडून तरी ऐकायला मिळेल आम्हाला अंगराजांनी मत्स्याचा नेत्रभेद कसा केला ते. पांचालांची राजकन्या कशी लाजली वरमाला चढविताना ते.
कर्ण	: (भारावून) वृषाली, या— याचसाठी तुला बघताना नेहमीच वाटतं—
वृषाली	: काय? (कर्ण वृषालीजवळ शांत— धिमी पावलं टाकत येतो. तिची हनुवटी तर्जनीनं वर उठवितो).
कर्ण	: स्त्री म्हणजे विश्वकर्त्यानं आपल्या पहिल्याच साखर-झोपेच्या वेळी टाकलेला एक हळुवार निःश्वास आहे!! (वृषाली चौरंगीवरच्या तबकात ठेवलेलं अंगुलित्राण घेते. ते आणून भावपूर्ण डोळ्यांनी कर्णाच्या हातात देते).
कर्ण	: (ते निरखत) हे काय? हे— अंगुलित्राण कशासाठी?
वृषाली	: आठवतंय आपल्याला— हे अंगुलित्राण आपल्या विवाहात आलं होतं भेट म्हणून... राजमाता कुंतीदेवींकडून.
कर्ण	: वृषाली.
वृषाली	: आज त्या नाहीत. सर्व विसरून अंगराजांनी हे अंगुलित्राण चढवावं आपल्या बोटावर आणि त्यांचंच स्मरण करून अचूक वेध साधावा मत्स्यनेत्राचा. आम्ही उभ्या आहोत निरांजनाचं तबक घेऊन, द्रुपदांची सुगंधी गंधाली घेऊन येणाऱ्या कुंडलांना ओवाळायला.

कर्ण : (भारावून) वृषाऽली.

(दिवे मालवतात. अंधारातच प्रथम कलकलाट ऐकू येतो. तो शांत होतो. एक सणकारता बाण सुटल्याचा आवाज होतो. पाठोपाठ 'धन्य धन्य' असे उद्गार उठतात. विवाहाचे भान देणारे सनईचे सूर निघतात.)

प्रवेश तिसरा

(कांपिल्यनगरातील राजमाता कुंतीदेवीचे अंत:पुरी दालन. दालनात धर्म, भीम, अर्जुन आहेत. रंगमंचावर बैठकीची काही साधीच आसने आहेत. संपूर्ण दालन अत्यंत साध्या राहणीचे भान देणारे आहे. दिवे उजळत जातात.)

भीम : गदेच्या प्रहारांनी असा शेकला त्याला (हसतो).

अर्जुन : बाणानं त्याच्या पुत्राचं मस्तकच छेदलं...

युधिष्ठिर : पण स्वयंवराला धरून मंडपातच समरांगण— (तिघेही एकमेकांत मिसळते संवाद उच्चारता-उच्चारता हसतात. अर्जुन व युधिष्ठिर यांचे हास्य ओसरते. भीमाचे त्याच्या स्वभावाप्रमाणे रेंगाळत राहते. त्यातच तो बोलतो-)

भीम : (हसणे आवरत) त्या सारथ्याला काय कळणार क्षत्रिय-स्त्री म्हणजे कसल्या विजेचा तडाखा असतो ते... पांचालीसारखी क्षत्राणी म्हणजे तर विधात्यानं तांडवापूर्वी टाकलेला उष्ण नि:श्वास असतो. याज्ञसेना आहे ती. यज्ञकुंडातून उसळलेली— सुगंधी शलाका!

अर्जुन : वारणावतावरच्या लाक्षागृहात आपण पाचही— कुंतीमातेसह जळून राख झालो याच भ्रमात होता दुर्योधन.

भीम : असं मुकाट जळून भस्म व्हायला पांडव म्हणजे कर्पुराच्या वड्या वाटल्या की काय त्याला? (सर्व पुन्हा हसतात).

अर्जुन : काळी ठिक्कर पडली त्याची चर्या आपणा सर्वांना प्रत्यक्ष समोरच बघताना स्वयंवर-मंडपात!

भीम : आपल्या वारणावतावरच्या अपघाती मृत्यूच्या वार्तेनं हस्तिनापुराला बसला नसेल, एवढा प्रचंड धक्का बसला त्या अधमाला आपणाला जिवंत पाहून. द्रुपदांच्या या कांपिल्यनगरानं भयानं तिरपीट झालेला असा क्षत्रिय पाहिला नसेल कधी. (हसतो).

अर्जुन : (भीमाच्या खांद्यावर हात ठेवीत) भीमसेना, तुझ्या भक्कम गदेच्या प्रहारांनी ठणकणाऱ्या शरीराचं मर्दन करून घेत असेल तो या वेळी हस्तिनापुरात!

भीम : स्वयंवराला आले होते नराधम (हसतो). पण जिंकणार होते; (हसतो) पांचालीला नेणार होते— (हसतो). अर्जुना, लाक्षागृह आपले झाले नाही— त्याचे झाले— या कांपिल्यनगरात याज्ञसेनेच्या स्वयंवर-मंडपात!

युधिष्ठिर : पण झाला प्रकार फारच गंभीर आहे भीमसेना— तो कर्ण कसा परतला आहे स्वयंवर-मंडपातून हे विसरून नाही चालायचं—

भीम : (तिरस्काराने) कर्ण— कर्ण— का भय वाटतं एवढं तुला श्रेष्ठा, त्या घोड्यांच्या नायकाचं?

युधिष्ठिर : (शून्यात बघत— गंभीरपणे) आर्यावर्तात कुणालाच नसलेली अभेद्य कवच-कुंडलं लाभलीत त्याला भीमसेन... तो सूत आहे हेच नाही पटत माझ्या मनाला... (शालीसारखं राजवस्त्र अंगावर लपेटून घेतलेली कुंती संथपणे प्रवेशते. अर्जुन तत्परतेनं पुढं होत आदरानं तिला सावरून मध्यभागी आणू लागतो. अर्जुन तिला रंगमंचाच्या मध्यभागी असलेल्या आसनावर आणून बसवितो. तिची पायधूळ मस्तकी घेतो. भीम-युधिष्ठिरही तिला वंदन करतात).

कुंती : (भीमाला संथपणे समजावीत) भीमा, केवढ्या मोठ्यानं हसतोस रे! (प्रसन्न हसत) मला वाटलं बाहेर वळिवाचा पर्जन्यच आलाय की काय धरून! (आत बघून द्रौपदीचा संकेत देत) त्या बिचारीच्या तर हातातील उटण्याचं पात्रच पडलं दचकून.

भीम : माते, या हसण्याचाच उपयोग झाला एखाद्या शस्त्रासारखा स्वयंवर-मंडपात. (स्वयंवराचा मंडपच डोळ्यांसमोर उभा आहे असा अर्जुनाजवळ येत) आमच्या या धनुर्धरानं, पणासाठी पांचालांनी मांडलेलं अवजड शिवधनुष्य उचललं— राजहंसानं कमळकळा उचलावा तसं. आणि असा देखणा वीरासनी पवित्रा घेतला जलकुंडाच्या काठावर की— की हा ब्राह्मणवेषात आहे हेच मी विसरलो.

युधिष्ठिर : भान न राहून ओरडणार होतास तू तेव्हा अर्जुनाला चेतना देण्यासाठी भीमसेना.

भीम : माते, हा युधिष्ठिर मला सावरतो आहे एवढ्यात याच्या शिवधनुष्यावरून सणकारता बाण सुटलासुद्धा. दिवसभर घरघरत फिरणाऱ्या, कित्येक क्षत्रियांचे हाल हाल केलेल्या मत्स्ययंत्रात अचूक घुसला— मत्स्याचा नेत्रभेद करीत. यंत्राची घरघर थांबली आणि टाळ्यांचा प्रचंड कडकडाट उठला मंडपात. भान विसरून मीही पिटल्या टाळ्या. (टाळ्या वाजवितो. अर्जुनाजवळ येत) धन्य— धन्य आहे तुझ्या लक्ष्यवेधाच्या

कौशल्याची बंधो. वासंतिक स्पर्धेत एकदा ते पाहिलंच होतं—
स्वयंवर मंडपात तर त्याचा कळसच झाला.

युधिष्ठिर : (कुंतीला) पण पांचालीनं कमलपुष्पाची वरमाला ब्राह्मणवेषातील या अर्जुनाच्या कंठात चढविली मात्र. स्वयंवर-मंडपाचं समरांगणातच रूपांतर झालं माते. अर्जुनानं फक्त 'पण' जिंकून पांचालीला आणली नाही, तर त्यामागून उसळलेलं 'युद्धही' जिंकावं लागलंय त्याला.

कुंती : (उठत) म्हणजे?

अर्जुन : अगं, तो शिशुपाल एकदम आसनावरून उठून तडतडला— एवढे सर्व क्षत्रिय उपस्थित असताना एक ब्राह्मणकुमार घेऊन जाणार की काय द्रुपदाच्या राजकन्येला?

भीम : (शिशुपालाच्या आवाजात) पकडा त्या कफनीधाऱ्याला. सोडवा ती द्रुपदाची सुगंधी कुप्पी त्या ब्राह्मणाच्या मुठीतून.

कुंती : कोण? शिशुपाल?

युधिष्ठिर : (सूचकपणे) होय. आमचा मावसभाऊ आणि तुझा भाचा शिशुपाल, माते.

अर्जुन : पण बंधुवरा, शिशुपाल कसा काय ओळखणार होता आपणाला आपण ब्राह्मणवेषात असताना? तो पराक्रम केला त्या सूतपुत्रानं—

भीम : नेहमीच अडमडत आलाय तो. वासंतिक स्पर्धेत तसा- स्वयंवरात असा. त्यानंच अचूक ओळखलं अर्जुनाला— सर्वांत प्रथम.

कुंती : (दचकून उठत) कुणी?

भीम : नेहमी नको तिथं तोंड खुपसणाऱ्या त्या घोड्यानं— त्या सूतपुत्र कर्णानं!
(कुंती व्याकूळ होते.)

भीम : बाकी पांचाली खरी क्षत्राणी शोभली स्वयंवर-मंडपात. (कुंतीला) अगं, तिनं स्पष्ट शब्दांत ठणकावलं त्या सूताच्या पोराला- 'थांबा. आपण नाही घेऊ शकत भाग या स्वयंवरात— मी कुठल्याही सूताची पत्नी वा सून कधीच होणार नाही!'

कुंती : (जिव्हारी बाण डसल्यासारखी— स्वतःशीच बोलावी तशी उठतं होत) का?

अर्जुन : काही चुकलं माते पांचालीचं?

कुंती : (शून्यात बघत. स्वतःशीच बोलल्यागत) काऽही— काही नाही चुकलं तिचं... कुणाचंच काही चुकलं नाही. चुकलं— चुकलं— (स्वतःच्याच कोंडीनं पिळवटते.)

भीम	: (एकदम) कुणाचं? कुणाचं चुकलं माते?
कुंती	: (सर्वांना सावरत) त्याचं.
भीम	: (हसत) तेच म्हणतो मी— कशाला धडपडला तो माजोर सारथी क्षत्रियांच्या स्वयंवर-मंडपात? का धाडस केलं त्यानं शिवधनुष्य उचलण्याचं? कशाला धरला त्यानं हव्यास ही सुगंधी राजकन्या अश्वशाळेच्या घाणीत नेण्याचा?
कुंती	: पुत्रांनो, चुकलं त्याचं— पांचालीच्या पित्याचं! हा असा विचित्र पण मांडण्यात...
युधिष्ठिर	: (अर्जुनाजवळ होत) असं तरी कसं म्हणता येईल? द्रुपदांनी एवढा अवघड पण मांडलाच नसता तर— आमच्या या धनुर्धराचं अजोड कौशल्य कसं दिसलं असतं जमलेल्या नरेशांना?
कुंती	: (अंतरंग खुलं करता येत नाही या असहायतेत) खरं आहे तुझं श्रेष्ठा. अर्जुना, तुला काय वाटतं?
अर्जुन	: (गोंधळून) कशाबद्दल? मला नाही वाटत याज्ञसेना काही चुकीचं बोलली असेल असं.
कुंती	: (शांतपणे) ती बरोबरच बोलली रे. त्याबद्दल नाही मी विचारत— त्यानं शिवधनुष्य उचलून त्यावर बाण सज्ज केला होता. तुला काय वाटतं— केला असता काय त्यानं पण पूर्ण? साधला असता त्यानं मत्स्याचा नेत्रभेद?
अर्जुन	: (क्षणैक विचारात जात) कपोताच्या ऐटदार मानेसारखं वीरासन घेऊन— त्यानं शिवधनुष्य सहज पेललं होतं हे खरं आहे. त्याला तसं बघताना मला क्षणमात्र वाटलं सुद्धा की— की यानं मत्स्याचा नेत्रभेद केलाच. पण तो धनुष्य फेकून निघून गेला. जलकुंडाच्या काठावर हे अंगुलित्राण हरवून. (अर्जुन शेल्यात बांधलेले एक अंगुलित्राण कुंतीच्या हातात ठेवतो. कुंती— एखाद्या लहान मुलाकडे बघावं तसं त्या अंगुलित्राणाकडे बघतच राहते.)
भीम	: देऊन टाक ते माते, एखाद्या त्याच्यासारख्याच सारथ्याला.
कुंती	: (अर्जुनाला) खरंच वाटतं तुला त्यानं मत्स्याचा नेत्रभेद केला असता?
युधिष्ठिर	: केला असता— केलेला नाही.
भीम	: तो कसला करणार होता मत्स्यभेद— पांचालीनं मात्र कुठलंही धनुष्य हाती न घेता एका फटक्यात केला त्याचाच दंभभेद. कवच-कुंडलांच्या बळावर अहंकार वाढत चाललाय त्या सारथ्याचा—

स्वत:ला क्षत्रियच समजतोय तो.

युधिष्ठिर : धनुष्य फेकताच मान मागं टाकून केवढ्यातरी मोठ्यानं हसला तो माते. अद्याप त्या हसण्याचा अर्थ काही मला उमगत नाही.

कुंती : (अर्जुनाला) तुला कसलं वाटलं ते हास्य अर्जुना?

अर्जुन : पांचालीबद्दलच्या तिरस्काराचं.

कुंती : (एकाकी होत) नाही... ते हास्य नव्हतंच. तो होता आक्रोश! एका धनुर्वीराचा स्त्रीकडून झालेल्या अपमानाबद्दलचा. (सर्वच पांडव चमकतात.)

भीम : धनुर्धर म्हणतेस तू त्या सारथ्याला?

कुंती : (शांत स्वरात) होय. कंसासारखा यादवांचा बलांध राजासुद्धा श्रीकृष्णाला— 'गवळी'च म्हणायचा. तुम्हाला वाटला काय कधी तो गवळी? (पांडव एकमेकांकडे बघतात. गोंधळतात.) भीमसेना, वीराला कुलाचा कस लावून नाही चालत. त्याला सारथी— सूतपुत्र म्हणणं सोपं आहे— सोयीचं आहे. त्याच्यातील वीरत्वाला काय नाव देणार तू?

भीम : वीरत्व? (हसतो) अगं, केवळ अभेद्य कवच-कुंडलं होती त्याच्या अंगावर म्हणूनच जीवासह निसटलाय तो स्वयंवरमंडपातून.

कुंती : (त्याला रोखत) भीऽमा, पितामहांच्यापासून खूप शिकण्यासारखं आहे तुम्हा सर्वांना. आणि अधिक ते तुला! (भीम थोडासा ओशाळला आहे. बराचसा गोंधळला आहे. युधिष्ठिर त्याला सावरण्यासाठी)

युधिष्ठिर : भीमसेन म्हणाला त्यात असत्य काहीच नाही माते, केवळ कवच-कुंडलांमुळेच निभावला तो सूत— 'तुझा' तो धनुर्वीर.

कुंती : (चमकून) माझा?

युधिष्ठिर : (लगबगीनं स्वत:ला दुरुस्त करीत) अंहं— म्हणजे तू 'म्हणालीस' तो! आणि आम्ही शिकलो ते सर्व तर तुझ्यापासून आणि पितामहांच्या पासूनच ना?

कुंती : (शून्यात बघत) अजून खूप राहिलं श्रेष्ठा. माझी एक गोष्टच सोड-पण पितामहांच्याकडून खूप शिकायचंय तुम्हाला. भीमा-अर्जुना, पितामहांनी आपल्या वडिलांच्या— शंतनुमहाराजांच्या इच्छापूर्तीसाठी प्रत्यक्ष एक धीवर-स्त्री आणून बसविली हस्तिनापूरच्या राजसिंहासनावर— महाराणी मत्स्यगंधा. तिच्या पुत्रांना, महाराज चित्रांगद आणि विचित्रवीर्यांना स्वीकारलं हस्तिनापुरानं आणि आर्यावर्तानं नायक म्हणून. त्यासाठी आयुष्यभराचं खडतर ब्रह्मचर्य पत्करलं ते मात्र पितामहांनी. पुत्रांनो,

वीरांना नेहमीच शोभून दिसतो सोशिकपणा— राजमुकुटापेक्षा.

भीम : माते, कुठं ते प्रातःस्मरणीय महाराज चित्रांगद आणि विचित्रवीर्य, आणि कुठं हा दुर्योधनाची सावली झालेला कर्ण.

कुंती : (भावरत होत) तो कुणाची सावली— आणि कसली आकृती असेल, कधीच कळायचं नाही. दुर्योधनाला— आणि कुणालाही.

युधिष्ठिर : (विचारमग्न होऊन कुंतीच्या पायांकडं निरखून बघत) मला एका गोष्टीचं मात्र नेहमीच नवल वाटत आलं आहे माते. त्याचे पाय अगदी तुझ्या पायांसारखेच दिसतात— पुढं निमुळते होत गेलेले!! (सारेच कुंतीच्या पायांकडे निरखून बघू लागतात. कुंतीला ते तसं बघणं असह्य झालं आहे. कोंदटते. तरीही स्वतःला निकराने सावरते).

कुंती : (शांतपणे शून्यात बघत) मलाही वाटतं...

युधिष्ठिर : (उत्सुकतेने) काय?

कुंती : (त्याच एका हरवलेल्या विश्वात) त्याचं कपाळ दिसतं सूर्यबिंबासारखं. आणि त्याचं काय कुणाचंही शरीर तेवढं चालतं पायांवर पण— पण जीवन चालतं कपाळीच्या उमटलेल्या रेषांवर... (संभ्रमित झालेले, गोंधळलेले पांडव काहीच न कळल्यानं एकमेकांकडे बघतात.)

अर्जुन : (आर्जवी होत) मी नेहमीच बघत आलो आहे माते— त्या कर्णाचा विषय निघाला की तू असंच बोलतेस न कळणारं. कळत नाही, का घेतेस त्याची बाजू.

कुंती : (व्याकूळता लपवीत) मी कुणाची बाजू घेणार धनंजया. एक स्त्री मी. पितामह आणि विदुरभावोजींनी राजमाता म्हणून हस्तिनापुरात घेतलं मला. नाहीतर दुर्योधनानं पाऊलही टाकू दिलं नसतं राजनगरात मला. स्त्रीला एकच बाजू असते. आतड्याच्या प्रेमाची. पुत्रांनो, या स्वयंवरामुळंच खूप सावध राहिलं पाहिजे तुम्हाला. दुर्योधनानं तुम्हाला पाहिलं आहे. अवमानित होऊन परतलाय तो या कॉंपिल्यनगरातून. वारणावतावरचा जीवघेणा प्रसंग विसरून नाही चालायचं तुम्हाला.

भीम : त्या दुर्योधनाचं कवडीइतकंही भय नाही वाटत मला.

युधिष्ठिर : आमच्यासमोर प्रश्न आहे तो दुर्योधनाचा नव्हे— त्याचा—

कुंती : (न कळून) कुणाचा?

युधिष्ठिर : त्या कर्णाचा.

कुंती : प्रश्न? अं— क— कसला?

भीम : (अर्जुनाजवळ होत) या वीर धनुर्धरानं स्वयंवरानंतर मंडपात उसळलेल्या युद्धात— एक चंद्रमुख बाण अचूक फेकला आणि अंगराज

म्हणविणाऱ्या त्या अहंकारी कर्णाच्या 'सुदामन' नावाच्या पुत्राचं मस्तक धडावरून उडविलं!— कृषिवलानं धारी शस्त्रानं धाटावरचं भरलं कणीस उडवावं तसं.

(सर्व दिवे जातात. एकच स्पॉटलाइट फक्त कुंतीवर प्रकाशतो आहे. त्यात आपल्याच एका पुत्राच्या मुलाला— दुसऱ्या पुत्रानं अज्ञानानं वधावं ही वार्ता ऐकताना सुन्न झालेली, डोळे विस्फारलेली कुंती पुटपुटते आहे- 'काय— सुदामन? माझा सुदामन!'

तिच्या कानावर अंधारातून आल्यासारखे— हृदय फाटून जावे असे शब्द पडत राहतात-

(अंधारातून)

'द्रुपदांची सुगंधी राजकन्या जिंकून न्यायला आलेला तो सूत— गमावून गेला इथंच आपला एक पुत्र. छाती फुलवीत शिवधनुष्याला हात घालण्याचं धाडस करणारा कर्ण— युद्धानंतर आपल्या पुत्राच्या प्रेतावर ढासळत स्फुंदून रडला ढसाढसा. धन्य, अर्जुना, द्रौपदीपेक्षाही छान धडा शिकवलास तू त्या उर्मटाला.' (भीम मनःपूर्वक हसतो.)

रंगमंचावर फक्त कुंती दिसते आहे. व्याकूळशी.

(युधिष्ठिराच्या आवाजात मागून बोल उठतात)

'म्हणूनच माझ्यासमोर प्रश्न आहे तो त्या कवच-कुंडलधारी फक्त कर्णाचा. माते, आपला शोक सावरत आपल्या पुत्राच्या प्रेताला सोडून उठताच त्यानं आपलं विजय धनुष्य उंचावलं. ते गरगरा फिरवीत, विस्फारल्या संतप्त डोळ्यांनी, उष्ण निःश्वास फेकीत त्यानं प्रतिज्ञा घेतली आहे माते— अर्जुनवधाचीऽऽऽ!'

सुन्न झालेली कुंती इकडे-तिकडे भांबावल्यागत बघत असतानाच रंगमंचाच्या दुसऱ्या एका कोपऱ्यात आणखी एक स्पॉटलाइट उजळतो. त्याच्या प्रकाशात पुष्पमालांनी मंडित असं विजय-धनुष्य उचलत कर्ण वर उठतो. एकदम त्याच्या चर्येवर तीव्र संतापाचे भाव सरसरतात. छाती वरखाली स्पंदत असताना; डोळे फुललेला कर्ण एक शून्य पकडत आस्ते-आस्ते हातातील धनुष्य खूप उंचावतो. रोमांचक वाणीत प्रतिज्ञा घेतो—)

कर्ण : (भरीव-संतप्त-थरथरत्या शब्दांत) गतप्राण झालेल्या... माझ्या एकुलत्या एक प्रिय पुत्रा— माझ्या सुदामना! तुझ्या कलेवरालाच साक्ष ठेवून— मी— मी तुझा पिता कर्ण— प्रतिज्ञा घेतो की, —तुझे प्राण घेणाऱ्या त्या निर्दय अर्जुनाचा मीही छेदीन— कंठनाळ!! या— याच विजय धनुष्यानं. हा कर्ण प्रतिज्ञा करतो— सुदामनाऽऽ अर्जुनवधाची!!

(हातातील धनुष्य कर्ण बेभान— संतप्तपणे गरगरा फिरवितो.
त्याच्यावरील स्पॉटलाइट जातो.)

कुंती : ना— नाही. नाही. नाही सोसवत आता हे. वाटतं— वाटतं
हस्तिनापुराच्या नगरा-नगरातील चौका-चौकात उभं राहून— ओरडून
सांगावं— मी— मी— आहे त्याची माता. कुठं— कुठं रे चालला
आहात तुम्ही सारे? कुणा— कुणामुळं? माझ्या— माझ्यामुळंच...
(तोंड भावनिक कोंडीमुळे ओंजळीत घेते. कोलमडू लागते. पडदा.)

अंक दुसरा

प्रवेश पहिला

(दुर्योधनाचे सदरी बैठकीचे (राजचर्चेचे) दालन. रंगमंचाला स्पष्ट दिसेल अशी एक प्रशस्त बैठक आहे. ती जरतारी वस्त्रानं आच्छादली आहे. तीवर एक जरीकिनारीचा 'द्यूतपट' मांडून शकुनी बसला आहे. त्याच्या हातात द्यूताचे फासे आहेत— शकुनी पटात दंग आहे. पडदा फुटतो. शकुनी हातचे फासे ओंजळीत चोळतो. कानाशी नेत खुळखुळवितो. डोळे मिटून फेकतो. आस्ते— आऽस्ते डोळे उघडून दान बघतो. स्वत:वरच खूश होत टणकन उडी घेतो. पुन्हा फासे फेकू लागतो. धुमसणारा दुर्योधन प्रवेश घेतो.)

दुर्योधन : (प्रवेशतानाच) मामा, मामा. (दुर्योधन पुढे होत त्यानं फेकलेले फासे चरफडत क्रोधाने खाली फेकतो).
मामा, यासाठी नाही आणलं मी तुम्हाला गांधारदेशाहून हस्तिनापुरात. (शकुनी कवड्या शांतपणे वेचतो आहे.) इथं डोळ्यांच्या कवड्या व्हायची वेळ आली आहे कौरवांच्या. आणि तुम्ही निर्धास्त कवड्या फेकून पट खेळताहात?

शकुनी : (संथपणे) काय झालं युवराजा? एवढा संतप्त का होतोस?

दुर्योधन : (चरफडत) काय व्हायचं राहिलं आहे? कांपिल्य-नगरात स्वयंवराचा पण जिंकून द्रुपदाची सुगंधी राजकन्या घेऊन गेले पांडव आणि तुम्ही बसला आहात या व्यसनात गुरफटून.

शकुनी : (खोचक हसत) द्यूताला व्यसन मानतोस तू युवराजा? अरे, ही क्षत्रियांची प्रतिष्ठा आहे प्रतिष्ठा. एक वेळ खरा क्षत्रिय द्वंद्वाचं आव्हान नाकारील पण द्यूताचं नाही.

दुर्योधन : (वैतागून) बस्स. क्षत्रियांची लक्षणं ऐकण्याचा वीट आलाय मला आता. कर्णाचा ऐन तारुण्यातील पुत्र सुदामन वधला त्या अर्जुनानं

कांपिल्यनगरात.

शकुनी	: तरी मी स्वस्थ कसा... असंच म्हणायचंय ना तुला?
दुर्योधन	: होय. तुमच्या दूरदृष्टीच्या सल्ल्याप्रमाणं स्वयंवरानंतर राज्यभाग मागायला आलेल्या पांडवांना मी दिला राज्यभाग खांडववनाचा. तुमची कल्पना होती, त्या घनदाट वनात ते पडतील हिंस्र पशूंच्या भक्ष्यस्थानी— नष्ट करतील त्यांना रानटी लोकांच्या जमाती— मामा, मामा पण घडलं आहे ते नेमकं उलटं.
शकुनी	: युवराजा, चुकतात कधी कधी फासे बुद्धीच्या आडाख्याचे.
दुर्योधन	: (आवेगाने) मामाऽ नंदनवन केलंय त्यांनी खांडववनाचं. इंद्रप्रस्थाचं भव्य राजनगर उठवलं त्यांनी तिथं... हस्तिनापुरातले नगरजनसुद्धा गेले राहायला इंद्रप्रस्थात. त्या पाचांनी केला आर्यावर्ताच्या पाची दिशांचा दिग्विजय... अगणित संपत्ती आणली आहे इंद्रप्रस्थात... राजसूय यज्ञ घातला पांडवांनी इंद्रप्रस्थात... मामाऽ मामाऽ, अजूनसुद्धा वाटत नाही तुम्हाला पांडवांना खांडववन देण्यात चूक झाली असं?
शकुनी	: (शांतपणे) मग काय हस्तिनापूर देणार होतास तू त्यांना?
दुर्योधन	: कशासाठी? ते वारणावताहून सुटले म्हणून? त्यांनी पांचाली जिंकली म्हणून? कर्णाचा पुत्र मारला म्हणून? की खूप शोभा केली राजसूय यज्ञात माझी म्हणून?
शकुनी	: धीर धर युवराजा. काही दानं पडतात उलटी जीवनाच्या द्यूतात.
दुर्योधन	: मामा, त्या यज्ञात चक्क मथुरेच्या त्या गवळ्याला केला होता त्यांनी अध्वर्यू.
शकुनी	: यज्ञ यज्ञ काय करतोस? तूही कर एक यज्ञ. विष्णुयाग यज्ञ. आणि अध्वर्यूचीच अडचण असेल... तर मी होईन तुझ्या यज्ञाचा अध्वर्यू... पण... पण तुला एक सल्ला दिल्याशिवाय नाही राहवत.
दुर्योधन	: कसला?
शकुनी	: खूप नडणार आहे तुला तो 'मथुरेचा गवळी.'
दुर्योधन	: (अपेक्षाभंग होऊन) हा सल्ला नाही मामा, इशारा आहे.
शकुनी	: इशारासुद्धा एक सल्लाच असतो कौरवश्रेष्ठ युवराजा.
दुर्योधन	: (बेचैन होत) काहीऽ काही सुचत नाही मला मामा. इंद्रप्रस्थात पाच भुजंग बलशाली होताहेत दिवसागणिक.
शकुनी	: (त्याला थोपटीत) शांत हो. माझ्या एक एका प्रश्नाची नीट उत्तरं दे. सांग— जग नेहमी कशाला घाबरत असतं?
दुर्योधन	: मृत्यूला.

शकुनी	: नाही, सामर्थ्याला. मृत्यू सामर्थ्यवान असतो म्हणून त्याला! तू घाबरतोस मृत्यूला?
दुर्योधन	: (ताडकन) नाही.
शकुनी	: (हसत) मग सांग बघू तुझं हेच सामर्थ्य कसं असायला पाहिजे या वेळी?
दुर्योधन	: स्वत:च्या हितासाठी दंड उचलणारं.
शकुनी	: ठीक आहे. राज्यकारभारात काय नसावसं वाटतं तुला?
दुर्योधन	: संभ्रम.
शकुनी	: अर्धसत्य आहे ते. राज्यकारभारात नसावीत छिद्र. आपलं राज्य म्हणजे अशा एखाद्या वृक्षासारखं असावं की ज्यावर सुंदर फुलं असावीत, पण फळं असू नयेत. फळं असलीच तर वृक्षाच्या अंगावर असे काटे असावेत की फळांपर्यंत कधीच कुणाचे हात पोचू नयेत. फळंही अशी असावीत की जी कच्ची असली तरी पिकल्यासारखी दिसावीत. कुणीतरी ती कधी खाल्लीच तर त्याला ती कधीच पचू नयेत!!
दुर्योधन	: म्हणजे काय मामा? स्पष्ट सांगा.
शकुनी	: युवराजा, थोडक्यात म्हणजे आपण काय आहोत हे कुणालाच कधी कळू नये. (अश्वत्थामा प्रवेशतो).
अश्वत्थामा	: आपण काय असतो हे जिथं आपणालाच कळत नाही मामा, तिथं दुसऱ्यांना काय कळणार?
दुर्योधन	: गुरुपुत्र, खूप विद्याभ्यास केला आहेस तू. तुला तरी माहीत आहे काय जीवन म्हणजे काय ते?
अश्वत्थामा	: का? या मामांनी तुला अद्याप काहीच नाही सांगितलं की काय? सांगा मामा, तुमची ती कल्पना— माणसानं कसं राजहंसासारखं असावं. पाणी मिसळलेल्या दुधातील फक्त दूधच शोषावं.
शकुनी	: मी सांगितलं खूप, पण ते पटायला पाहिजे ना? आता राजहंसच दूध टाकून पाणी शोषायला लागला तर कोण काय करणार?
अश्वत्थामा	: पटविणं हा सुद्धा जीवनाचा भागच आहे मामा. (दुर्योधनाजवळ जात) तुझ्यासारख्या कुरुयोद्ध्याला सांगायचं म्हणजे जीवन हे एक म्यानातलं खड्ग आहे, युवराजा.
दुर्योधन	: म्यानातलं खड्ग?
अश्वत्थामा	: माणसाचं शरीर म्यानासारखं असतं आणि त्याचं मन असतं त्या म्यानातील खड्गाच्या तीक्ष्ण धारदार पात्यासारखं! अगदी धारदार.

शकुनी	: (मध्येच) तेच म्हणतो मी. धारेनंच छेद घेता येतो.
अश्वत्थामा	: (शकुनीला रोखत) मामा.
दुर्योधन	: व्वा. गुरुपुत्रा, विलक्षण आहे तुझी ही जीवनाची कल्पना.
अश्वत्थामा	: नाही युवराज, अजून ती पूर्ण नाही केलेली मी.
दुर्योधन	: म्हणजे?
अश्वत्थामा	: आणि अशा या जीवनरूपी खड्गाची आत्मा ही एक मूठ असते. तिला धारण करणारे हात असतात अज्ञात, आणि असतात अनंत.
दुर्योधन	: आत्मा ही खड्गाची मूठ?
अश्वत्थामा	: होय. आत्मा ही जीवनरूपी खड्गाची मूठच आहे. म्हटलं तर त्या मुठीचा त्या खड्गाशी आणि त्या म्यानाशी संबंध आहे—
शकुनी	: (मध्येच) म्हटलं तर नाही. मी तुला मघा सांगितलेल्या वृक्षासारखंच आहे हे! फरक फक्त पटविण्याचा. पटवून घ्यायचा.
अश्वत्थामा	: नाही. मामा, तुमच्या आणि माझ्या सांगण्यात फरक फक्त पटविण्याचाच नाही. हेतूचाही आहे.
दुर्योधन	: सांग गुरुपुत्रा, त्या खड्गाचं सांग.
अश्वत्थामा	: मूठच नसेल तर खड्गाचं पातं चालेल काय? म्यानाला शोभा येईल काय? युवराजा, आत्म्याविना शरीराचं आणि मनाचंही तसंच आहे. आत्म्याविना ना शरीराला अर्थ ना मनाला.
दुर्योधन	: आणखी काही?
अश्वत्थामा	: अगदी सोप्या दृष्टान्तात सांगायचं तर आत्मा हा सर्पासारखा असतो.
दुर्योधन	: (चमकून) काय? सर्पासारखा?
अश्वत्थामा	: होय. सर्प जसा एक कात टाकून योग्य वेळी नवी कात धारण करतो तसाच आत्माही एक शरीर टाकून दुसरं धारण करतो. काय मामा, पटतं?
शकुनी	: पटण्याचा प्रश्न नाही. एक शंका येते.
अश्वत्थामा	: कसली?
शकुनी	: तुला तो मथुरेचा गवळी भेटला होता की काय अलीकडे?
अश्वत्थामा	: कोण?
शकुनी	: कोण दुर्योधना? हां. तो श्रीकृष्ण.
दुर्योधन	: जीवन— म्यानातलं खड्ग. सर्प. (एकदम विचित्र हसतो. स्वत:चं जीवन-तत्त्वज्ञान आठवल्याने) नाही. अश्वत्थाम्या, जीवन म्यानातलं खड्ग नाही. सर्प नाही. मामा, तुम्ही म्हणता तसा तो वृक्षही असून चालत नाही. जीवन आहे एका भरजरी, उभ्या आडव्या राजवस्त्राच्या

चावरगाठीसारखं. ही गाठ केव्हा आणि कुठं बसते तेच कळत नाही. दुसऱ्या कुणालाही ती सोडविता येत नाही. ज्याची त्यालाच ती लागते सोडवायला. गुरुपुत्र, तुला सांगितलं आहे कधी तुझ्या पित्यानं राजवास्तूतल्या पशूंची गणती करायला?

अश्वत्थामा : पशूंची गणती करायला मी काय वधिक आहे?

दुर्योधन : (शून्यात बघत) मग ऐक, मला सांगितलं आहे ते.

अश्वत्थामा
व शकुनी : कुणी?

दुर्योधन : कुणी असेल असं वाटतं? (शकुनी-अश्वत्थामा एकमेकांकडे नुसते बघतात.)

गुरुपुत्र, मामा, प्रत्यक्ष पितामहांनी. इंद्रप्रस्थात पांडवांच्या राजसूय यज्ञाच्या वेदीवर बळी देण्यासाठी आणलेल्या पशूंची गणती करण्याचं पवित्र काम सांगितलं मला पितामहांनी. ज्या यज्ञाचा अध्वर्यू होता तो गवळी. आम्ही होतो आमंत्रित.

अश्वत्थामा : युवराजा, शांत हो.

दुर्योधन : (अश्वत्थाम्याजवळ जात) पशूंची गणती करण्याला 'वधिक' म्हणतात हे मानतोस तू. सांग, वधिकाचं जीवन असतं काय म्यानातील खड्गासारखं?

अश्वत्थामा : असा अर्थाचा अनर्थ नको करूस.

दुर्योधन : अनर्थ? मी सांगतो, वधिकाचं जीवनही असतं खड्गासारखंच पण त्याला आत्म्याची मूठ ठेवून चालत नाही. आणि शरीराचं म्यानही लेचंपेचं असून भागत नाही.

अश्वत्थामा : सुडानं धुमसतो आहेस तू दुर्योधना!

दुर्योधन : तुझ्यासारख्या तत्त्वचिंतकाला सूड हा मनाचा सहजभाव वाटतो. तसं नाही. सूड ही क्रिया नसतेच कधी. ती असते प्रतिक्रिया. कुणाचा तरी पाय पडल्याखेरीज नाही उभारत भुजंगसुद्धा आपला फणा.

अश्वत्थामा : दुर्योधन, तुला समजून घेणं कठीणच आहे.

दुर्योधन : पण तुला ते समजून देणं मला कठीण नाही. (अश्वत्थाम्याच्या जवळ येत) द्रुपदाच्या राज्यात असताना द्रुपदानं तुझ्या पित्याच्या दारिद्र्याचा घोर अपमान केला होता. त्या क्षणीच त्याचं राज्य सोडताना तुझ्या पित्यानं घोर प्रतिज्ञा केली, द्रुपदाला नतमस्तक करण्याची. म्हणणार आहेस तू त्यांना सुडानं धुमसणारे ब्रह्मज्ञानी?

अश्वत्थामा : (निरुत्तर होत) दुर्योधन...

दुर्योधन	: अश्वत्थाम्या, माझ्यासारख्या योद्ध्यांची मनं असतात— शस्त्रासारखी— गदेसारखी. आपल्या मंडलाच्या कक्षेत कुणीही उद्धट पाऊल टाकलेलं नाही खपत त्यांना.
अश्वत्थामा	: पण जीवनाला अशी कक्षाच का घालून घ्यावी?
शकुनी	: युवराजा, याहून भयानक काही तरी घडलं आहे खास. त्याशिवाय तू कधी संभ्रमित, कधी संतप्त तर कधी सुन्न असा दिसणार नाहीस.
दुर्योधन	: (शून्यात बघत) मामा, त्यासाठी अंध मातापित्यांच्या पोटी जन्म घ्यायला पाहिजे.
शकुनी व	
अश्वत्थामा	: म्हणजे?
दुर्योधन	: (इंद्रप्रस्थात असल्यासारखा) राजसूय यज्ञाच्या वेळी इंद्रप्रस्थात मयसभेचं दालन बघण्यासाठी मी गेलो होतो कर्णासह. परागकणांची रांगोळी काढल्यामुळं पायघडीसारख्या दिसणाऱ्या एका जलाशयावर अनवधानानं टाकला मी पाय. आणि काही कळायच्या आतच कोसळलो त्या जलाशयात— वर आलो आणि पुन्हा कोसळलो एका क्रूर चेष्टेच्या अग्निकुंडात.
शकुनी	: म्हणजे?
दुर्योधन	: (त्याच भावविश्वात) एका उन्मत्त स्त्रीमुखातून कुचेष्टेच्या हास्याबरोबर आलेले शब्दांचे अंगार पडले माझ्या अंगावर— 'अंध पित्याचे पुत्रही अंधच असतात म्हणायचे!'
शकुनी	: कोण होती ती स्त्री? (दुर्योधन संतप्त आहे.)
अश्वत्थामा	: कोण होती ती?
दुर्योधन	: द्रौपऽदी!! तिच्या जळत्या शब्दांबरोबरच जळून गेली आहे, गुरुपुत्रा, माझ्या जीवनरूपी खड्गाची मूठ. मनाच्या राजवस्त्राला बसली आहे एक अग्निगाठ. मीही घेतली आहे त्याच क्षणी एक मूक प्रतिज्ञा.
अश्वत्थामा	: (चाचरत) कसली?
दुर्योधन	: तिला दाखवून देण्याची... की, अंध पित्याचे पुत्रही अंधच नसतात; तर प्रसंगी एवढे डोळस होतात की— की जगानं जे कधीच पाहू नये तेही बघण्याची इच्छा धरतात!! (एकदम— शकुनीकडे वळत) मामा, तुम्ही राजकारणी नाही व्यसनीच आहात. फेका त्या कवड्या. (शकुनी दचकून हातच्या कवड्या सोडतो. अश्वत्थामा त्या एक एक उचलून पुन्हा शकुनीच्या हातात देतो.)
अश्वत्थामा	: (जायला निघता-निघता) येतो मी युवराज, एवढंच सांगण्यासाठी

आलो होतो— की— कर्ण एक क्षणभरही या हस्तिनापुरात राहणार नाही या निर्णयाप्रत आला आहे. स्पर्धेत त्याची शोभा झाली. कांपिल्यनगरात त्याचा पुत्र गेला. स्वयंवरमंडपात सज्ज केलेलं धनुष्य त्याला फेकावं लागलं. त्याचं म्हणणं आहे या सर्वाला कारणीभूत आपलं अंगराजपद. खूप बघितलं आपण— आता अधिक बघण्याची इच्छा नाही— असा त्याचा निरोप आहे— तुला.
(अश्वत्थामा जायला निघतो. दुर्योधन 'गुरुपुत्र थांब...' म्हणत असतानाही अश्वत्थामा निघून जातो.)

दुर्योधन : (तो गेल्या वाटेकडे विचित्र नजरेनं बघत— भांबावत) नाही, मामा, कर्ण जाता कामा नये. या क्षणी तर तो... तोच आहे माझा एकमेव आधार.

शकुनी : (हातच्या कवड्यांची मूठ भरत) दुर्योधना, शांत राहा. तेच शहाणपणाचं आणि तुझ्या हिताचं ठरणार आहे. तू मूकपणे केलेली प्रतिज्ञा वाया जाऊ देणार नाही मी. (कर्ण निर्धार— बांधलेला— निश्चयी असा प्रवेशतो.)

कर्ण : कसली प्रतिज्ञा मामा?

शकुनी : (पलटी घेत) तुझी! तुझी अर्जुनवधाची प्रतिज्ञा तू कधीच विसरणार नाहीस हेच सांगत होतो मी याला.

कर्ण : (संभ्रमून) मामा...

शकुनी : (धूर्तपणे) तो अश्वत्थामा येऊन गेला आत्ता— म्हणत होता—

कर्ण : काय?

शकुनी : काही नाही—

कर्ण : (करडेपणानं) मामा.

शकुनी : म्हणत होता कर्णाला भय वाटतं पांडवांचं! राजसूय यज्ञाला जाऊन आल्यापासून धास्तावला आहे तो पांडवांचं सामर्थ्य बघून.

कर्ण : (ठामपणे) मामा, गुरुपुत्र असं बोलणं कधीच शक्य नाही. आणि तुम्हीच ते बोलत असाल तर नीट ऐका— मी धास्तावलो आहे हे खरं आहे. (दुर्योधन भेदरून त्याच्याकडे बघतो) पण ते कुणाच्याही सामर्थ्याला नव्हे; तर इथल्या राजकारणाला.

शकुनी : लागतं वागावं कधी-कधी थोडंसं कौशल्यानं.

कर्ण : कपटालाच गोंडस आणि सुसंस्कृत नाव असतं तुमच्या राजकारणात 'कौशल्य' असं. मला ते मान्य नाही. (दुर्योधनाजवळ जात) युवराजा, यांच्या कुठल्याही राजकारणाचे डाव खेळण्यापेक्षा मला चंपानगराला

जाण्याचा निरोप दे. नाही तर सैन्यबांधणी करून इंद्रप्रस्थाला पांडवांना सरळ सरळ युद्धाचं निमंत्रण दे.

दुर्योधन : तेच करणार आहे मी अंगराज. त्यापूर्वी पांडवांनी केला तसा एक यज्ञ करणार आहे मी हस्तिनापुरात.

कर्ण : कसला? कशासाठी?

शकुनी : विष्णुयाग.

दुर्योधन : यशप्राप्तीसाठी—

कर्ण : अवश्य कर. मात्र या यज्ञानंतर मी क्षणभरही थांबणार नाही पांडवांना समरांगणात गाठल्याशिवाय.

दुर्योधन : अंगराज, मी जाणतो तुझा निर्धार. तुझ्या इच्छेप्रमाणंच होईल सर्व.

कर्ण : येतो मी— (जातो— दुर्योधन तो गेल्या विंगकडे बघत)

दुर्योधन : मामा, हा यज्ञ शक्य तितक्या लांबणीवर पडला पाहिजे.

शकुनी : नाही. हा यज्ञ शक्य तितक्या लवकर पार पडला पाहिजे.

दुर्योधन : तुम्हाला काय वाटतं— यज्ञ झाल्यावर थांबेल तो बोलल्याप्रमाणं केल्याशिवाय?

शकुनी : तो प्रसंगच नाही येणार. जे तुला शक्य नाही— कर्णाला शक्य नाही ते करून दाखवीन मी या कवड्यांच्या बळावर.

दुर्योधन : मामा, तुम्ही भ्रमात तर नाही?

शकुनी : हाच भ्रम आहे तुझा की या कवड्या क्षुद्र आहेत. विसरतोस की व्यसन— मग ते कुठलंही असो— कुठल्याही बुद्धिमान माणसाला ते अध:पतनाच्या खोल दरीत पोचवू शकतं.

दुर्योधन : कसलं व्यसन? कुणाचं?

शकुनी : युवराज युधिष्ठिराचं. द्यूत खेळण्याचं.

दुर्योधन : मामा, किती बालिश बोलता तुम्ही? आता पुन्हा या हस्तिनापुरात यायला मूर्ख नाही तो.

शकुनी : मूर्ख नाही— पण येईल. त्याचं दुसरं नाव 'धर्म' आहे. यज्ञासारख्या धार्मिक विधीला तो कधीच अव्हेरणार नाही. तो अवश्य येईल सर्वांसह. तू त्याला सन्मानपूर्वक राजवस्त्रांसह निमंत्रण दे यज्ञाचं.

दुर्योधन : (अवाक होऊन) मामा!

शकुनी : त्याचं यथायोग्य स्वागत कर नगराच्या सीमेवर आणि यज्ञाला प्रारंभ होण्यापूर्वीच दे आव्हान युधिष्ठिराला द्यूताचं. तो ते कधीच नाकारणार नाही. या चार पट्ट्यांच्या पटात आणि या क्षुल्लक कवड्यांत पाची पांडवच नाही तर त्यांची प्राणप्रिय पांचाली गुंडाळून दाखवतो मी

तुला राजमाता कुंतीसह.

दुर्योधन : मामा, गांधारदेशींचे तिरके चालणारे तुमचे उंटही तुमची सावली बघताच देत असतील नाही तुम्हाला राजरस्ता मोकळा करून!

शकुनी : त्यासाठी एकच करावं लागेल. मगधांच्या राजधानीत कुशल हस्तक पाठवून राजवास्तूतील सुवर्णकुंभात असलेल्या जरासंधाच्या अस्थी आणाव्या लागतील कुणालाही नकळत.

दुर्योधन : अस्थी? मामा, यज्ञासाठी समिधा लागतात!

शकुनी : तुझा यज्ञ होणार नाही. आणि माझ्या 'द्यूतयज्ञासाठी' अस्थीच लागतील समिधा म्हणून— फक्त जरासंधाच्या. त्याचेच फासे करवून घेणार आहे मी.

दुर्योधन : अस्थींचे फासे?

शकुनी : होय. जरासंधाला भीमानं द्वंद्वयुद्धात वधलं आहे. मृत्युसमयी फार खोल थरकविणारा परिणाम झाला आहे जरासंधाच्या अस्थींवर भीमाच्या ओरडण्याचा. ते फासे भीम ओरडताच भर्कन नेमकं उलटं दान देतील पांडवांना.

दुर्योधन : मामा, क्षमा करा मला, मी तुम्हाला राजकारणी नाही म्हटल्याबद्दल.

शकुनी : तुला आणखी एक कठोरपणे करावं लागेल.

दुर्योधन : काय?

शकुनी : या द्यूतयज्ञाची शेवटची समिधा पडेपर्यंत— शेवटचे दान पडेपर्यंत तुझ्या प्राणप्रिय स्नेह्याला— कर्णाला सभागृहाबाहेरच ठेवावा लागेल.

दुर्योधन : मामा, ते शक्य नाही. अवमान वाटेल त्याला तो.

शकुनी : मग हे द्यूत होणार नाही.

दुर्योधन : का— पण त्याला एकट्यालाच बाहेर ठेवण्याची ही आग्रही अट का तुमची?

शकुनी : ही अटच आहे. कर्ण द्यूतपटाजवळ असता कामा नये. त्यानंही दिलं होतं जरासंधाला काशीपुरात द्वंद्वयुद्धात जीवदान. त्याच्या तर श्वासाचा सुद्धा थरकाप उतरला आहे जरासंधाच्या अस्थींत. तो असेल द्यूतपटाजवळ तर पडेल कौरवांना उलटे दान कर्ण बोलल्याबरोबर.

दुर्योधन : मामाऽ (म्हणत भारावून शकुनीच्या चरणांना हातस्पर्श देतो. शकुनी त्याला उठवून वर घेतो. आपल्या हातातील कवड्या त्याच्या ओंजळीत ठेवतो.)

दुर्योधन : (कवड्या पुन्हा मामांच्या हाती देत) मामाऽ, टाका बघू एकासाठी एकाचं दान.

शकुनी : (कवड्या खेळवीत—) चल दे एकासाठी एकाचं दान— एक (कवड्या टाकतो) एऽक म्हणजे एकच. (दुर्योधन कवड्या उचलून न्याहाळतो.)

शकुनी : काय न्याहाळतो आहेस युवराजा?

दुर्योधन : बघतो आहे. कशा दिसतात या कवड्या.

शकुनी : कशा दिसतात?

दुर्योधन : (एकदम) दिसतात स्वयंवर-मंडपातील द्रौपदीच्या दातांसारख्या.

शकुनी : चल दे— दोनासाठी— दोन— दोन— दोन (म्हणत असतानाच दिवे एक एक करीत जातात.)

प्रवेश दुसरा

(कर्णाचे अंत:पुराचे दालन. कर्ण ओंजळीत आपले मस्तक घट्ट धरून पाठमोरा उभा आहे. कर्णावर स्पॉटलाइट आहे. सवितृ मंत्राचे कोंदटलेले— किंवा अधिकतर हताश, पिचलेले स्वर— मागून मंत्रोच्चार-

'ॐ भूर्भुव: स्व: तत्सवितुर्वरेण्यं भर्गो देवस्य धीमहि— धियो यो न: प्रचोदयात्'—

त्या हताश, पिचल्या मंत्रोच्चारांत मिसळत होलपटत कर्णाच्या बेभान वाणीतच शब्द येतात—

'द्रौपदी वारांगना आहे, कुलटा आहे— पतिव्रता? (विकट हास्य) ती कसली पतिव्रता? ती पतिव्रता नाऽही. अशा स्त्रीला पाचांपेक्षा एकशेपाच पतीच अधिक पसंत असतात... दु:शासना, खेच— खेच ते पांडवांच्या निर्बल म्यानात बद्ध झालेलं— सावळं— सुगंधी खड्ग. कर— कर त्या दासीला विवस्त्र!!')

कर्ण : (कळवळून) नाऽही. ती वारांगना नाही. कुलटा नाऽही. मी— मी— आहे तरी कोण?

मी— मी आहे एक क्षुद्र मानव— सूडाच्या विषानं ओतप्रोत भरलेला. मी— मीच म्हणून गेलो— त्या कुलस्त्रीला— द्रौपदी तू आहेस कलंकिनी, पतिता, व्यभिचारिणी. पाचांपेक्षा एकशेपाचच पती तुला अधिक शोभून दिसतात. तू पतिव्रता नाहीस आहेस एक कुलटा. (मुख ओंजळीत घेत गदगदत असतानाच वृषाली प्रवेशते. कर्णाजवळ येत.)

वृषाली : (कर्णाला भान देत) अंगराऽज, असं— असं काय करताहात? शांत

व्हावं. कौरवांच्या सभागृहात नाही आपण— आहात आपल्या अंत:पुरात.

कर्ण : (प्रथम भांबावून— मग एकदम तिच्याजवळ जात— तिला दंड धरून विस्फारून बघत) वृषाऽली? (एकदम तिच्यातच पांचालीचा भास झाल्यानं हात डोलवीत तिच्यापासून दूर होत—) पांचाऽली! नाऽही! तू— तू वारांगना नाहीस. कुलटा— पतिता नाहीस! मी— मीच आहे एक विद्रूप सारथी. भीमाऽ, घे, हा— हा घे आसूड आणि कर खरारा या नीट सारथ्याच्या पाठीचा.

वृषाली : अंगराऽज, शांत व्हावं. स्वामी, गेले क्षण आणि शब्द नसतात कधीच परत येत.

कर्ण : (स्वत:चे कवचधारी अंग न्याहाळीत) वृषाऽली, वृषाली, जीवनभरची माझी सूर्यसाधना वाया— वाया गेली. कलंकित— पदभ्रष्ट ठरलो आज मी. कसं— कसं बोललो तिला मी हे भरल्या सभागृहात. (स्वत:ला पुन्हा न्याहाळीत) नेहमी सुवर्णी दिसणारं माझं हे झळझळीत अंग— आज माझं मलाच वाटतं काळं काळं अंधारासारखं. दिसताहेत असंख्य तेजस्वी सूर्य मला या काळ्या कवचाच्या दलदलीत रुतून बसलेले!

वृषाली : पण— पण स्त्रीमधील कोमल स्त्रीत्वाचे आपलेही भान सुटले— स्वामी. खूप— खूप चुकलात आपण जीवनात— पहिल्यांदा.

कर्ण : (मान डोलवीत) हा— हा कर्ण कुरूंच्या राज्यसभेतील एक भ्याड वाचाळ ठरला. वृषाऽली, तुला तोंडसुद्धा दाखविण्याची पात्रता नाही माझी. कसा बोललो मी एका कुलस्त्रीची क्रूर विटंबना होणारं? (अश्वत्थामा प्रवेशतो.)

अश्वत्थामा : कर्णा, तू आणि वहिनी एवढे उदास का?

कर्ण : गुरुपुत्र, काही— काही दवबिंदू जन्माला येतात तेच आपल्या विरूप मुखात जळजळीत विषाच्या कुप्या घेऊन. मांसल मण्याच्या एकमेव अधिकाऱ्या, अरे, सांग, स्त्री म्हणजे आहे तरी कोणतं तत्त्व?

अश्वत्थामा : सहनशीलतेचं. कर्णा, स्त्री असते जशी प्रणयाचे कुंभ तशीच प्रसंगी ती होते प्रलयकुंड.

कर्ण : (स्वत:शीच बोलल्यासारखा) प्रलय? फाशांचे बांध फोडून उफाळून येणारा प्रलय! रक्ताचा. (आवेगानं अश्वत्थाम्याजवळ जात. त्याच्या मस्तकीच्या वस्त्रपट्टीवरून हात फिरवीत) वस्त्रं. निळी, तांबडी, शुभ्र, जांभळी, सोनेरी, पीतांबरासारखी तेजस्वी— वस्त्रंच वस्त्रं— आणि— आणि (स्वत:ला न्याहाळीत) त्याखाली सापडलेली—

गुदमरून गेलेली— पाऽर चेंदटलेली— कवच-कुंडलं!!

अश्वत्थामा : (कर्णाला शांतवीत) ग्रासतात, सूर्यभक्ता, कधी कधी ग्रासतात ग्रहणाचे राहू-केतू प्रत्यक्ष सूर्यबिंबाला.

कर्ण : राहू-केतू? खुळखुळवून फासे टाकणारे शकुनीमामा— त्यांना चेतना देणारा दुर्योधन— राहू-केतू...

अश्वत्थामा : (संथपणे) गंगाभक्ता, शांत हो. सहनच करावा लागतो तो ग्रास खूप धैर्यानं.

कर्ण : गुरुपुत्र, नसतो आलो मी या हस्तिनापुरात तर कसं— कसं झालं असतं माझं आयुष्य?

अश्वत्थामा : कुणी सांगावं, कदाचित झालंही असतं ते श्रीकृष्णासारखं— (कर्ण चमकतो) वस्त्रं पुरविणारं.

वृषाली : स्वामी, आपण आहात सूर्यभक्त. प्रत्यक्ष द्रौपदीलाही राजसूय यज्ञात आपणाला पाहताना वाटलं होतं की— की—

अश्वत्थामा : (एकदम— तिला थोपविण्यासाठी) तिचा गैरसमज कारणीभूत झाला आहे. द्यूतासाठी— आणि सभागृहातील तिच्या भयानक विटंबनेसाठी. (कर्णाजवळ येत) नेहमीच बोलत आली आहे ती स्त्रीच्या जिभेला विरूप दिसणारं, जे कधी चुकूनसुद्धा राजमाता असूनही कुंतीदेवी बोलणार नाहीत. महाराणी गांधारीदेवी धजणार नाहीत...

वृषाली : नाही गुरुपुत्र, अंगराजांना फार फाऽर मानते पांचाली.

कर्ण : (वृषालीला) माणूस चुकला की कुणीही आणि काहीही त्याला ऐकवावं— पण— पण त्यात तू सुद्धा?

वृषाली : गैरसमज झाला आहे आपला. कालच कळलंय मला पांचालीच्या हिरण्मयी दासीकडून की— की— राजसूययज्ञात आपणाला पाहिल्यावर पांचाली आपल्या दासीला म्हणाली होती की—

कर्ण : (मध्येच) यज्ञात सूतपुत्र कसा? हे— हेच ना?

वृषाली : (शांतपणे) नाऽही. ती म्हणाली होती— की अंगराजांच्या कवच-कुंडलांचं पत्नीत्व लाभलं असतं तर किती भाव-कारंजी फुलली असती माझ्या जीवनाच्या उद्यानात! भरून पावले असते मी!

कर्ण व
अश्वत्थामा : (एकदम) काय?

कर्ण : (वृषालीजवळ जातो) काय— काय म्हणालीस तू?

वृषाली : सत्य आहे ते... पण कुणालाच शक्य नसलेलं.

कर्ण : (भावमग्न) म्हणून— म्हणूनच सर्वांसमोर पसरले तिनं सभागृहात

आपले हात मदतीसाठी— पण, पण टाळलं फक्त एकट्या मला. कधीकाळी स्वयंवरात आपल्याकडून झालेला माझा अवमान स्मरून. द्रौऽपदी. द्रौपदी. (व्याकूळ होतो.) केवढा— केवढा घोर कलंक घेतला मी— माझ्या सूर्याराधनी धवल जीवनावर अश्वत्थामन्.

अश्वत्थामा : शांत हो अंगराज. अर्घ्यासाठी अर्पण केलेले, आकाररूप असलेले तेच गंगाथेंब नाही कधी परत घेता येत ओंजळीत— खूप इच्छा असूनही. मग शब्द तर आहेत आकार-रूप नसलेले— सुटून गेलेले.

वृषाली : धीर धरावा स्वामी.

कर्ण : कसा? नाऽही. जीवनभर झालेल्या प्रकट, क्रूर अवमानाची वाटली नाही एवढी वाटते ही व्यथा काळीज तोडणारी. ज्या तोंडून सवितृ मंत्राचे पवित्र शब्द उच्चारले त्याच तोंडून केलेल्या कुरूंच्या कुलस्त्रीच्या कुचेष्टेची व्यथा. (शोण प्रवेशतो.)

शोण : तरी दादा, मी तुला कळवळून सांगत होतो... जाऊ नकोस सभागृहात म्हणून. निस्तेज पडली होती तुझी कुंडलं तू गंगा-काठावर असताना, पण ऐकलं नाहीस माझं तू— आणि गेलास मला झिडकारून द्यूतानं धुंद झालेल्या सभागृहात ऐन शेवटच्या दानाच्या वेळी. अशी कशी रे हट्टी होता तुम्ही मोठी माणसं कधी कधी? तुला माहीत नव्हतं, मामा-युवराजांनी का पाठवलं होतं तुला गंगाकाठावर— सभागृहात फासे पडण्यापूर्वी—

कर्ण : का, शोण का?

शोण : द्यूताचे फासे होते— तू द्वंद्वात जीवदान दिलेल्या जरासंधाच्या अस्थींचे. तुझ्या आवाजाला भयानं थरथरणारे. तू असतास सभागृहात द्यूताचे फासे पडताना तर मामांना उलटेच पडणार होते दान. डाव होता तो कुटिल, तुला गंगाकिनारी पाठविण्याचा... मामांनी रचलेला.

कर्ण : शोण, (व्याकूळ होत) उशिरा कळलेलं सत्य हे नेहमीच असतं रे, दास, घडून गेलेल्या असत्याचं... (बंधुप्रेमानं भरून येऊन शोणाजवळ येत— त्याचे दोन्ही दंड पकडीत) पण— पण— तुला— तुला—

शोण : असा चाचरतोस का दादा? बोल.

कर्ण : तुला तिरस्कार वाटतो माझा?

शोण : नाऽही. कीव वाटते स्वतःची की तुला थोपविण्याचं, बंधू असूनही नाही बळ माझ्या बाहूंत.

अश्वत्थामा : कर्ण, झालं ते पाप असंच तुला अजूनही वाटत असेल तर ऐक.

पश्चात्तापानं पोळण्यासाठीही लागतं एक जातिवंत मन. तुला यापेक्षा अधिक कुणी आणि काय सांगावं? बोलणारा तू आणि ऐकणारी पांचाली म्हणूनच स्तब्ध होते सारे सभागृहात. तुझ्या जागी असते कुणी दुसरे तर—

वृषाली : स्वामी, या काळ्या आठवणीही अर्पून टाकाव्या त्याच गंगेला आणि धैर्यशील व्हावं.

शोण : दादा, माझ्या मनात ते धैर्य नाही. तुझी होणारी फरफट बघण्याचं. कौरव-पांडवांच्या सदैव गर्जत्या लोळाबरोबर...

कर्ण : (भावरत होत) मलाही नाही कळत धापावत सुद्धा का धावतो आहे मी या अहंमन्य राजकुलाबरोबर! शोऽण, किती— किती निर्लेप आणि निरागस होतं आपलं बालपणाचं चंपानगरातील जीवन?

शोण : आपण गोळा करायचो दिवसभर गंगाकाठावरचे रंगीबिरंगी शिंपले. संध्याकाळी रथातून परतताना आकाशातून झेपावत जाणाऱ्या गरुड पक्ष्यांच्या थव्याकडं बघत मी तुला तुझा हात हाती घेत विचारायचो—

कर्ण : (ते चित्रच डोळ्यासमोर असल्यासारखा) "दादा, तू जाशील का रे गरुडपक्ष्यासारखा उंच उंच!" (एकदम भाव पालटत) नाही रे शोणा, मी झालो काक-पक्षी कुट्टकाळा. जीवनाच्या सभागृहात फाशांच्या फांद्यांवर बसून कर्कश रेकणारा.

अश्वत्थामा : असा खंतावू नकोस धनुर्वीरा.

कर्ण : (शोणाला) आपल्या पर्णकुटीच्या द्वारात असलेला तो डेरेदार वटवृक्ष आठवतो तुला?

शोण : होय. तो बघताना तर तू नेहमी म्हणायचास— वाटतं या वटवृक्षासारखं व्हावं. आपल्या अंगावरची पिकली, तांबडी फळं असंख्य पक्ष्यांनी खावीत. वटवृक्षांची फळं कधीच न खाणारा पक्षिराज गरुडही उतरावा— एखाद्या शुभदिवशी एखाद्या— फांदीवर. नाही-नाही म्हणत त्यानंही टिपावं चोचीनं जाता-जाता एखादं फळ. त्याच्या त्या पराजयावर धुंद होऊन उधळाव्यात अंगावरच्या पारंब्या उत्तरीयासारख्या.

कर्ण : (शून्य पकडत) नाऽही. शोणा, त्या त्या असंख्य— असंख्य वस्त्रांचे झालेत फास श्वास कोंडणारे. ते पीतांबर— तो टाहो—

(मागून द्रौपदीचा आक्रोश येतो— 'अच्युता, माधवा, मिलिंदा, घननीळा धाऽव. माझ्या अभागी, असहाय दीन शरीराची भकभकीत रक्षा करून ती या अधमांच्या मस्तकी फाऽस. सूर्याचा महादीप फुंकून टाक!')

कर्ण	: नाऽही. शोण, वृषाली, दिसताहेत मला माझ्या अर्घ्यदानी ओंजळीतील गंगाजलाचे प्रत्येक थेंब— रक्ताने माखत गेलेले. (सर्वांमध्ये फिरत— सर्वांत नसल्यासारखा) दिसते आहे एक प्रचंड प्रलयंकार तांडव— गर्जत— घुमत येणारे...
शोण	: दादा, असा भ्रांत होऊ नकोस.
वृषाली	: केवढं भयाण बोलताहात— स्वामी.
अश्वत्थामा	: मित्रवर, काढून टाक हे सल वेळीच. अपरिहार्य असतं एकेक वळण जीवनाच्या मार्गावर.
कर्ण	: नाऽही. गुरुपुत्र, आता या मार्गाला कसलीच वळणं नाहीत. आहे समोर दिसणारा— न टाळता येणारा फक्त एक शेवट... (एकदम वृषालीला-) तुला— म्हटलं होतं मी एकदा— स्त्री म्हणजे विधात्यानं पहिल्याच—
वृषाली	: साखरझोपेच्या वेळी टाकलेला एक हळुवार निःश्वास.
कर्ण	: केवढं अज्ञान. वृषाऽली, स्त्री म्हणजे आहे एक प्रचंड उष्ण निःश्वास. विधात्यानं हताश होऊन प्रलयापूर्वी टाकलेला.
अश्वत्थामा	: तुम्हा वीर पुरुषांच्या गदारोळात कधी कधी जातात दूरवर मूक उभ्या असलेल्या कुलस्त्रियांच्या अंतःकरणाला तडे. कर्णा, माहीत आहे तुला? द्रौपदीची कटु वार्ता ऐकताच राजमाता कुंतीदेवी मूर्च्छितच झाल्या... (कर्ण एका अनामिक भावनेनं स्वतःचेच पाय निरखू लागतो...)
शोण	: (कर्णाला) अशाच झाल्या होत्या त्या मूर्च्छित वासंतिक स्पर्धेच्या वेळी— तुझ्या अवमानाच्या वेळी दादा.
अश्वत्थामा	: एक मोठा फरक जाणवला मला कर्णा— एवढं बोललास तू सभागृहात प्रत्यक्ष त्याच्या पत्नीला— तरीही घेतली नाही कसलीही प्रतिज्ञा अर्जुनानं.
कर्ण	: (शून्य पकडत) केवढं— केवढं वाहून गेलं आहे मामांच्या हातून पडलेल्या फाशांबरोबर...
अश्वत्थामा	: (कर्णाला शांतवीत) अंगराऽज, द्यूताच्या पटात हरले नाहीत पांडव— हरले नाहीत कौरव— हरलास तू. आणि ही हार आहे शेकडो युद्धांतील पराभवांपेक्षा दाहक. राजमाता कुंतीदेवींसह पांडव वनात निघून गेले आहेत!
कर्ण	: पांडव— पांडव वनात गेले?
अश्वत्थामा	: होय. आणि द्यूताच्या अटीचा समय संपताच— बारा वर्षांचा वनवास

आणि एक वर्षाचा अज्ञातवास भोगून— ते परत येतील निर्धारपूर्वक आपला राज्यभाग मागण्यासाठी.

वृषाली : (चौरंगीवर ठेवलेले उत्तरीय उचलत) हे— हेच उत्तरीय दिलं होतं राजमाता कुंतीदेवींनी आपणाला विवाहात भेट. (कर्ण चटकन पुढे होत ते उत्तरीय आपल्याकडे घेत न्याहाळू लागतो. शोणही ते बघतो आहे. अश्वत्थामा एकटाच बाजूला उभा आहे. तो आपल्या अंगावरच्या आश्रमवस्त्राची गाठ सोडतो. त्यातून एक अंगुलित्राण काढून ते कर्णाला दाखवीत-)

अश्वत्थामा : वनात जायला निघालेल्या राजमातेला निरोप देण्यासाठी गेलो होतो मी नगराच्या सीमेपर्यंत. कुंतीदेवींना वंदन करण्यासाठी मी वाकलो आणि माझ्या हातावर हे ठेवीत त्या एवढंच म्हणाल्या— अस्पष्ट— कर्ण. (कर्ण झपाट्याने पुढे होत ते अंगुलित्राण हातात घेतो.)

कर्ण : हे— हेच ते अंगुलित्राण— कांपिल्यनगरातील स्वयंवर मंडपात— जलकुंडाकाठी हरवलेलं. (वृषाली अधीरतेने ते बघण्यासाठी पुढे होते. ते तिच्या हाती देतो.)

वृषाली : हेच ते सूर्याचं मानचिन्ह कोरलेलं अंगुलित्राण. राजमातेनं विवाहात आपणाला भेट पाठविलेलं. (शोण ते वृषालीकडून बघण्यासाठी हात करतो. वृषाली त्याच्या हातावर ते ठेवते.)

शोण : हे— हेच ते अंगुलित्राण तुझ्या हाताच्या बोटावर एकदम ठीक बसणारं. प्रत्यंचा नीट पेलणारं. (शोण ते कर्णाकडे देतो.)

(कर्ण हातातील दोन्ही वस्तू न्याहाळत असतानाच "कसली भरविणार आहेत निर्वाणीची सभा? काय उपदेश करणार आहेत ते?" असे बडबडत दुर्योधन प्रवेश करतो. वृषाली आत निघून जाते.)

दुर्योधन : अंगराऽज, पितामह खूप संतप्त झाले आहेत. राजसभा बोलावली आहे उद्या त्यांनी तातडीची.

अश्वत्थामा : एवढं सर्व झाल्यावरही?

दुर्योधन : होय. इथून पुढं काय होऊ नये ते सांगणार आहेत आमचे पितामह. फार खवळलेत म्हणे ते.

कर्ण : मग शकुनीमामांना घेऊन शांत कर त्यांचा संताप सभागृहात, मामांच्या राजकारणी कौशल्यानं.

दुर्योधन : (कर्णाजवळ येत) उद्या सभागृहात इतर कुणी नसलं तरी तू असणं अत्यंत आवश्यक आहे अंगराज.

कर्ण : कधी माझं नसणं तुला आवश्यक वाटतं— कधी असणं... समजतोस

काय तू या कर्णाला?

दुर्योधन : (आर्जवाने) शांत व्हावं अंगराजांनी.

कर्ण : कसा शांत होऊ? पराकोटीच्या अध:पतनापर्यंत गेलोय मी तुमच्यामुळं. वाटतं... वाटतं— फेकून द्यावा अंगराजपदाचा हा मुकुट आणि सोडावं हे राजनगर. मी मुळीच येणार नाही उद्या सभागृहात.

अश्वत्थामा : कर्ण, अनादर होईल तो पितृतुल्य पितामहांचा आणि राजदंडाचा. एवढं घडल्यानंतर तरी असा अविचार करू नयेस तू— पितामह सांगतील ते ऐकावं.

शोण : दादा, आता तू कुठंही जा, पण मला समवेत घेतल्याशिवाय जाऊ नकोस. (दुर्योधनाकडे बघत) आणि बोलू नकोस काहीही विचार केल्याशिवाय.

अश्वत्थामा : (दुर्योधनाला) तुला नाही वाटत युवराज, सभागृहात झाला प्रकार चूक होता असं?

दुर्योधन : (हेतुपूर्वक) कसला?

अश्वत्थामा : द्रौपदीचा—

दुर्योधन : त्या दासीचा? (विकट हसतो.) त्या मथुरेच्या चेटक्यानं घात केला ऐनवेळी नाही तर...

अश्वत्थामा : (त्याला रोखत) पांडव निघून गेले आहेत वनात. आता तरी त्यांचा विषय काढून टाक मनातून युवराजा.

कर्ण : अद्यापही झाल्या प्रकाराबद्दल काहीही नाही वाटत तुला?

दुर्योधन : काय वाटायचं? (हसतो) ते पाच निघून गेलेत वनात— मातेसह. द्यूताचा नियम पाळल्याचा आव आणीत.

अश्वत्थामा : म्हणजे? करायला तरी काय पाहिजे होतं त्यांनी आणखी?

दुर्योधन : (खोचकपणे) पाळायचंच होते त्यांना संकेत द्यूताचे तर ठेवून का गेले नाहीत ते त्या हरलेल्या पत्नीला माझी दासी म्हणून!

कर्ण : (संतापून) दुर्योऽधन—

दुर्योधन : द्यूत खेळायला तयार झाले ते... आणि संताप माझ्यावर?

कर्ण : कळलंय मला सर्व— पण नेहमीसारखंच— नेहमीसारखंच खूप उशिरा.

दुर्योधन : मलाही कळलं आहे एक— पण फारच उशिरा. वासंतिक स्पर्धेपूर्वी ते कळतं तर—

कर्ण : (साशंक होत) काय— काय कळलं आहे तुला?

दुर्योधन : उद्या सभागृहात समजेलच ते. ते ऐकण्यासाठी तरी अंगराजांनी

अवश्य उपस्थित राहावं उद्या.

कर्ण : (गोंधळून) दुर्योधऽन...

दुर्योधन : येतो आम्ही. (शोणाला) वीरांना, हे करू नको— ते कर, अशा अटी घालणं तुला जमतं शोणा— मला नाही जमत माझ्या बंधूंना अशा अटी घालणं. (निघून जातो.)

अश्वत्थामा : (जायला निघताना) तुझ्या कानांतील ही कुंडलं पाहिली की वाटतं तू सर्वांहून वेगळा आहेस. (आपल्या मस्तकीच्या वस्त्रपट्टीवरून हात फिरवीत) का ते मात्र नाही कळत. मला वाटतं तू अवश्य सभागृहात जावंस; पितामहांचा अनादर करू नये. येतो. (अश्वत्थामा निघून जातो.)

कर्ण : (शोणाला) दुर्योधन म्हणाला ते नको मनाला लावून घेऊ. उद्या जाईन मी सभागृहात. घडेल ते ऐकण्यासाठी. (शोणाच्या खांद्यावर हात ठेवतो.)

शोण : (भरून येत) दाऽदा!

(दिवे जातात.)

प्रवेश तिसरा

(हस्तिनापुरात पितामह भीष्मांनी बोलावलेली, निर्वाणीचा इशारा देणारी राजसभा भरली आहे. सभागृहात एका लेव्हलवर राजमंडळाच्या उच्चासनावर धृतराष्ट्र बसला आहे. त्याच्या उजव्या हाताशी पितामह बसले आहेत, त्यांच्या थोड्याशा खालच्या लेव्हलवर युवराज दुर्योधन, अश्वत्थामा, कर्ण बसले आहेत. या दोन्ही लेव्हल्सच्या मध्ये येतील असे डाव्या कोपऱ्यात द्रोण व उजव्या कोपऱ्यात कृपाचार्य, साध्याशा आसनावर बसले आहेत. अमात्य वृषवर्मा रंगमंचाच्या एकदम पुढे हाती राजदंड पेलून उभे आहेत. धृतराष्ट्राच्या आसनामागे प्रतीकरूप सूर्याचे मानचिन्ह आहे. दिवे उजळत असतानाच राजरिवाजी सभा-ललकार उठतो.)

ललकार : कुरुकुल वैभव- महाराणी गंगातनय पितामह भीष्म आमंत्रित, राजराजेश्वर, हस्तिनापुराधिप महाराज धृतराष्ट्र धारण- राजमंडळ हस्तिनाऽपूऽर... (सुमंती दंड तीन वेळा आपटल्याचा आवाज होतो. दिवे पाजळतात.)

भीष्म : (शांतपणे उठून— सभागृहावर नजर फिरवून— अमात्यांना) अमात्य वृषवर्मा, आजच्या राजसभेचं प्रयोजन स्पष्ट करा— सभागृहाच्या मानकऱ्यांना (हात उठवितो.)

अंक दुसरा । ४९

अमात्य

वृषवर्मा : (लवून) आज्ञा कुरुश्रेष्ठ. (राजदंड एकदा उंचावून खाली घेतो.) आजची राजसभा पितामहांनी पाचारण केली आहे. सर्व कुरुयोद्ध्यांना ते भविष्यातल्या काही गंभीर धोक्यांची जाणीव देऊ इच्छितात. ते काय सांगणार आहेत ते सर्वांनी ध्यानपूर्वक ऐकावं. (राजदंड पुन्हा उठवून खाली घेत— सिंहासनाला अभिवादन देतो.)

भीष्म : (शांतपणे उठून) कुरुकुलाच्या वीर वंशजांनो, आज मी माझं सर्वांत महत्त्वाचं आणि कठोर कर्तव्य पार पाडणार आहे. त्यासाठी या राजसिंहासनाला साक्षी ठेवून काही कटु प्रश्न मला विचारावे लागणार आहेत. मिळतील काय मला शांतपणे त्याची उत्तरं? (सभागृह चळवळते.)

धृतराष्ट्र : (धूर्तपणाने) पितामहांनी कुठलेही प्रश्न नि:संकोच विचारावेत. त्यांचा तो अधिकारच आहे.

भीष्म : (दुर्योधनावर नजर रोखत) युवराज दुर्योधना, पांडवांना कोण मानतोस तू? राजमाता कुंतीदेवींबद्दल काय मत आहे तुझं?

दुर्योधन : (उठून) मला नाही समजला पितामहांचा प्रश्न.

भीष्म : (कठोरपणे) समजला आहे. कसं उत्तर द्यावं ते समजत नाही म्हण. धैर्य होत नाही म्हण.

दुर्योधन : मला समजला आहे हे पितामहांना समजलं आहेच; तर आपणच कृपा करावी काय समजलं आहे ते सांगण्याची! (खोचकपणे हात जोडून लवतो.)

भीष्म : (तडकावून) मला तिरक्या चालीची पाठ धरून चालणारे तिरके शब्द ऐकण्याची सवय नाही, दुर्योधना.

दुर्योधन : मग पांडवांबद्दल माझं स्पष्ट मतच ऐकायचं असेल तर ते हेच की... कुरूंच्या या प्राचीन आणि पवित्र सिंहासनाला स्पर्श करण्याच्यासुद्धा पात्रतेचे नाहीत ते.

भीष्म : (संथपणे) का? ते पराक्रमी नाहीत? सदाचारी नाहीत? कुठला आहे त्यांचा दोष?

दुर्योधन : ते बाकी सर्व आहेत पण— पण ते फक्त आमच्या महाराज पांडुकाकांचे पुत्र नाहीत. (द्रोण, कृप ''काय?'' म्हणत उभे राहतात.)

भीष्म : मला समजलं तुला काय म्हणायचं आहे ते.

दुर्योधन : सर्व हस्तिनापूर जाणतंय— की एका भयानक शापामुळं महाराज पांडूंना पुत्रप्राप्ती होणं शक्यच नव्हतं. 'किंदम' नावाच्या ऋषीनं

त्यांना शाप दिला होता— शाप— की, राजा प्रणयाच्या आशेनं जेव्हा कधी तू आपल्या स्त्रीला कवेत घेशील— तेव्हा तत्काळ गतप्राण होशील. त्यासाठीच तर राज्य त्यागून ते वनात गेले होते.

भीष्म : म्हणून वाटले कोण तुला पांडव म्हणजे?

दुर्योधन : ते— (अडखळतो.)

कर्ण : (न राहवून मध्येच उठत) दुर्योधन, थांब.

दुर्योधन : (त्याला हाताने थोपवीत) ते फार तर 'कौंतेय' असतील, 'माद्रेय' असतील— पण 'पांडव' मुळीच नाहीत. कधीच नाहीत.

भीष्म : आणि राजमाता कुंतीदेवी?

कर्ण : (अनामिक तळमळीने) नको, दुर्योधन—

दुर्योधन : ती 'राजमाता' नाही— आणि— आणि देवी तर नाहीच नाही.

भीष्म : मग आहे कोण ती?

दुर्योधन : पापी पुत्रांना जन्म देणारी— एक कलंकिनी. एक पतिता!!
(सर्व सभागृह थरारून गेले आहे.)

भीष्म : (संतापाने) दुर्योधऽना, जे तू बोललास ते या सभागृहात बोलण्याचं धाडस एखादी दासीसुद्धा नाही करणार. नीट कान, मन आणि आत्मा जागृत ठेवून ऐक. पांडव पापाचे पुत्र नाहीत. कुंतीदेवी कलंकिनी नाही. प्रत्यक्ष कलंकानंसुद्धा उद्धार करून घ्यावा तिच्या चरणाचं जल घेऊन.

धृतराष्ट्र : (चाचरत) सभागृहानं पितामहांचं ऐकावं. पांडवांचं पितृत्व जाणण्याचा आग्रह धरू नये. ऋषिमुनींचं तरी कुल कुणी कधी विचारतं काय?

भीष्म : दुर्वशात अंध होऊनही राजा, तू या दुर्योधनाला राज्याभिषेक झाल्याची डोळस स्वप्नं पाहतो आहेस केवळ पुत्रप्रेमापोटी. कुरुवीरांनो, महाराणी कुंती आणि माद्री यांना ऋषिवर्य दुर्वासांच्या शक्तिमान 'देवहूती' मंत्रापासून झालेत पांडव. त्यांना पापाचे पुत्र म्हणण्याचं धाडस कुणी आणि का करावं?
(सर्व सभागार संभ्रमित झालं आहे. काहीतरी बोलण्यासाठी कर्ण उठतो. त्याला हातानं बसण्याची खूण करीत—)
—आणि नीट ध्यानात ठेवा— पांडवही केवळ पाच नाहीत!

कर्ण : (निर्धाराने उठत) मग आहेत तरी किती?

भीष्म : (कर्णाला क्षणभर निरखत) कर्णा, ते या सभागृहाला या क्षणी मी नाही सांगू शकत. कितीही झालं तरी या सिंहासनाचा उत्तरदायी मी— मीच आहे... सभासद योद्ध्यांनो, या कुरुकुलाचा सर्वांत श्रेष्ठ

योद्धा कोण आहे माहीत आहे काय तुम्हाला?

द्रोण, कृप,
धृतराष्ट्र : —आपण— आपणच पितामह.

भीष्म : नाऽही! राजमाता कुंती! एक स्त्री असूनसुद्धा हिमालयाच्या उत्तुंग धैर्यानं तोंड दिलं आहे तिनं सर्व आपत्तींना. तसलं नतमस्तक व्हावं असं धैर्य तुमच्यापैकी एकातही दिसत नाही मला. कुंती प्रात:स्मरणीय आहे.

दुर्योधन : असेल ती सर्वश्रेष्ठ कुरुयोद्धा आणि प्रात:स्मरणीय. असतील तिचे पुत्र मंत्रशक्तीचे पावन अंकुर— त्यांचा या कुरूंच्या सिंहासनाशी संबंधच काय आणि कसा पोचतो? (थांबतो) असा— असा प्रश्न कुणी विचारलाच तर—

भीष्म : (शांत होत) मग कुणाचा पोचतो संबंध? ज्यांच्याकडे गदेची विद्या शिकलास त्या बलरामांना तरी नको विसरूस. कधी केला आहे त्यांनी आपल्या बंधूचा— श्रीकृष्णाचा असा घोर अव्हेर— अपमान?

दुर्योधन : (तिरस्काराने) कुठं गुरुदेव बलराम आणि कुठं हे पाच.

भीष्म : दुर्योधना, भान सुटत चाललं आहे तुझं दिवसागणिक. हवस वाढत चालली आहे तुझी राज्यप्राप्तीची. तुला तुझी जागा आता दाखवावीच लागणार आहे.

दुर्योधन : (खोचकपणे) पितामहांनी ती अवश्य दाखवावी... त्या पाचांच्या पायांशीच असेल ती. आज्ञाच मानू तीही आम्ही.

भीष्म : तेवढंही भाग्य नाही तुझं दुर्योधन. तुला स्वत:ला तरी माहीत आहे काय तू स्वत: कोण आहेस ते?

दुर्योधन : (खोचकपणे) स्वार्थी, कपटी, कारस्थानी, नीच!

भीष्म : (संथपणे) या सर्वांहून अधिक घोर अज्ञानी. दुर्योधन, तू... तू स्वत:च नाहीस कौरव! कुरुकुलाचा वंशज नाहीस तू...

दुर्योधन : (झटका बसल्यासारखा) काऽय? मी— मी कुरुकुलाचा वंशज... मग मी आहे तरी कोण? (भांबावतो.)

भीष्म : तेच टाळत आलो होतो मी जीवनभर. पण आज ते मलाच स्पष्ट करण्याच्या घोर निर्णयावर आणून सोडलं आहेस तू. दुर्योधना, सभासद योद्धे हो, शांत आणि स्थिरचित्ताने ऐका—
(थरथरत्या आवाजात-)
कौरव-पांडव— पांडव-कौरव— कुणी— कुणीच कुरुकुलोत्पन्न नाहीत!!

('कौरव-पांडव कुरुकुलोत्पन्न नाहीत' असा प्रतिध्वनी एक-दोन वेळा उठतो. सर्वच सभासद वीज चाटून जावी तसे आसने सोडून अवाक होत उठले आहेत. धृतराष्ट्र उठण्याची केविलवाणी धडपड करतो आहे.) कशा-कशासाठी भिडविताहात हाडवैऱ्यांसारखी एकमेकांना आपली मस्तकं? विषण्ण— विषण्ण झालो आहे मी तुमचे अज्ञानात पोसलेले अहंकार पाहून. शांत व्हा— बसा. (सारे यंत्रवत बसतात.) आत्मे जागते ठेवून ऐका—

राजा धृतराष्ट्र, विदुर आणि पांडू एकमेकांचे बंधू आहेत, त्यांच्या माता वेगवेगळ्या होत्या— पिता मात्र एकच...

धृतराष्ट्र : (चाचरत) क— कोण? (तरीही भीष्म थांबला आहे.)

दुर्योधन : कोण?

भीष्म : (शून्यात बघत थंडपणे) पराशरपुत्र व्यास!

—माझी सावत्रमाता सत्यवती, तथा मत्स्यगंधा हिनं कुरुकुलाचा क्षय होऊ नये म्हणून मुनिवर पराशरापासून तिला झालेल्या पुत्राला— व्यासांना पाचारण करून 'नियोग पद्धती'ने निर्माण केले— पांडू— धृतराष्ट्र आणि विदुर.

धृतराष्ट्राचे शंभर पुत्र व्यासाचे वंशज आहेत.

पांडव— कुंती आणि माद्रीचे देवदत्त पुत्र आहेत.

कौरव आहेत ऋषिकुळाचे अधिकारी. पांडव आहेत देवकुळाचे अधिकारी. आर्यावर्ताच्या मानवांच्या समूहाचे नेतृत्व करणाऱ्या, महाराज कुरूंच्या नावे कीर्तीपदाला पोचलेल्या... कुरुकुलातील शेवटचा कौरव— शेवटचा कौरव... (थांबतो)

द्रोण व
कृप : कोण आहे, पितामह?

भीष्म : (थरथरत) मी!! तो शेवटचा कौरव मी आहे. आचार्य... (सावरत) आता सभागृहातील कुणीही मला प्रश्न विचारू शकतो की एवढं घडलं असताना— घडत असतानाही मी स्वस्थ का बसलो? एवढ्याचसाठी की, कधी तरी तो सोन्याचा दिवस दिसेल मला— ज्या दिवशी या प्राचीन परंपरेच्या हस्तिनापुरावर ऋषिकुळाचं-देवकुळाचं भक्कम राज्य अवतरलेलं असेल, शंभर— कौरवांचं आणि कुंतीच्या 'सर्व' पांडवांचं. पण— पण— (हताश होतो.)

दुर्योधन : (उठून) ठीक आहे. आम्ही नाही— ते नाहीत अधिकारी या राजसिंहासनाचे. आणि— आणि पितामह तर आहेत प्रतिज्ञाबद्ध

काया-वाचा-मनानं ब्रह्मचर्याला. मग या सिंहासनाचे उत्तरदायी आहे तरी कोण?

भीष्म : तुम्ही सर्व. तुम्ही एक व्हा.

दुर्योधन : (तडफेने) कसं शक्य आहे ते? बालपणीच माझ्या चार चार बंधूंना जलक्रीडेच्या नावाखाली गंगेच्या पाण्याखाली कोंडणारा आडदांड भीम मी कसा विसरावा? अंध पित्याचे पुत्रही अंधच असतात म्हणणाऱ्या द्रौपदीला कुठला कौरव कशी क्षमा करणार?

भीष्म : (निर्धाराने) हे बोलताना विसरतोस तू आपली कृतकृत्यं. भीमाला बालपणीच विष घालण्याची कल्पना तुझीच होती. तूच रचले होतेस पांडवांना— मातेसह जाळून काढण्यासाठी वारणावतावरचे लाक्षागृह. राज्य मागणाऱ्या वीर पांडवांना खांडववनाचं लोकविलक्षण राज्य देण्याचं औदार्य तुझंच. फाशासाठी कवड्या फेकून उचंबळणाऱ्या शकुनीच्या हातावर— टाळीसाठी सर्वांत प्रथम पडला तो तुझाच हात. भरल्या सभागृहात रज:स्वला द्रौपदीला उघडी मांड दाखविणारा गदावीर तूच. आणि आज— आज सूर्यप्रकाशाइतक्या पवित्र राजमाता कुंतीला कलंकिनी म्हणतो आहेस तोही तूच!

धृतराष्ट्र : (घाबरून) पितामहांनी शांत व्हावं.

भीष्म : कसा शांत होऊ? अमात्य, राजदंड. (वृषवर्मा आपल्या हातचा राजदंड नम्रपणे पुढे होत पितामहांच्या हाती देतो. भीष्म तो धृतराष्ट्राच्या थरथरत्या हातात देत) राजा, सांग तुझ्या पुत्रांना, माणसाला सर्वांत क्रूर करतो तो त्याचा स्वार्थ. भुकेनं व्याकूळ झालेला सिंहसुद्धा ती शमविण्यासाठी एखादाच प्राणी मारून खातो. पण सांग त्यांना, तो कधीच दुसरा सिंह मारून नाही खात!! पण स्वार्थानं पेटलेला माणूस लक्षावधी माणसंही मारण्यास मागंपुढं नाही पाहत. सांग त्याला— तो लक्षावधी वीर योद्ध्यांना मरणाच्या महानदीकडे घेऊन चालला आहे, या कवच-कुंडलधारी एकट्या कर्णाच्या बळावर. पण ते टिकणारं नाही. ज्याच्यावर तुझ्या दुर्योधनाचा सर्व विश्वास आहे तो कर्ण आहे केवळ एक अर्धरथी!

कर्ण : (उसळून) पितामह, मी अर्धरथीसुद्धा नाही. मी आहे एक सारथी. (घायाळ होत आसनावर बसतो.)

भीष्म : दुर्योधना, पांडवांच्या विनाशाची अशक्य स्वप्नं या कर्णाच्या पाठबळावर नको रचूस. अर्जुन अजिंक्य आहे. किरात रूपातल्या साक्षात शंकराचा त्यानं पराभव केला आहे. खांडववनात त्यानं वरुणालाही जिंकलं

आहे. स्वयंवरातील मत्स्यभेद अर्जुनानंच केला आहे हे विसरू नको. अर्जुनाला जिंकणं सोपं नाही. ज्याचा तुला गगनभेदी अभिमान वाटतो तो हा कर्ण— अर्जुनाच्या पासंगालाही पुरणार नाही. कुठला केला आहे पराक्रम या अर्धरथ्यानं? दुर्योधना, सोडून दे त्याला...

धृतराष्ट्र : पितामहांनी शांत व्हावं. माझा पुत्र मूढ आहे. त्याला उदार अंत:करणानं क्षमा करावी.

दुर्योधन : (सर्वच निर्धारानं फेकून) नाऽही. मी मूढ नाही. कसल्याच क्षमेची अपेक्षा नाही मला. पितामहांनी कधीच विसरू नये— की कर्ण अर्धरथी नाही. महारथ्यांचा महारथीच आहे. या राज्याचे उत्तरदायी होण्यास कोण पात्र आहे ते आता एकच ठरवील— दंडातील प्रचंड सामर्थ्य. समरांगणावर! कुल नव्हे. अंगराऽज, चला. (दुर्योधन, कर्ण जायला निघतात.)

भीष्म : (त्यांना थोपवीत) थांऽबा. (धृतराष्ट्राच्या हातातील राजदंड भीष्म निग्रहानं आपल्या हातात घेतो. निर्वाणीचं बोलतो.)

हा राजदंड— हा राजदंडच जर तुम्हाला मदांध करून, कुरूंचं उद्याचं वैभव असलेल्या, शतशत वीर योद्ध्यांच्या प्राणांशी द्यूत खेळण्यासाठी एवढा प्रवृत्त करीत असेल तर तर... हा राजदंड सर्वांच्या प्राणापेक्षा कसा कवडीइतका क्षुद्र आहे हे तुम्हाला या निर्वाणीच्या क्षणी स्पष्ट दाखविण्यासाठी— मी— मी या राज्याचा एकमेव स्वामी, शेवटचा कुरू, शंतनुपुत्र भीष्म तो— तो असा फेकून देतो आहे... (भीष्म हातातील राजदंड सरळ समोरच्या संघडीवर फेकतो!!! 'पितामह' असे चीत्कार उठतात. सर्वांनी माना खाली घातल्या आहेत. फक्त एकटा कर्ण उभ्या जागेवरूनच त्या राजदंडाकडे क्षणैक बघतो. त्याची नजर सूर्यचिन्हाला भिडते. संथ, निर्धारी चालत कर्ण राजदंडाजवळ येतो. वीरासनी बैठक घेत बसतो. सर्व दिवे क्षणभर जातात. फक्त कर्ण व राजदंड यांच्यावर एक स्पॉटलाइट पडतो. कर्ण राजदंड उचलण्यासाठी हात पुढे नेतो— एवढ्यात—

(पडद्यातून राजदंडाचा आवाज-)

'थांऽब, कर्णा, मी क्षत्रियांचं मानचिन्ह आहे. एका क्षत्रियानं फेकलेलं. तू— तू— आहेस सारथी! नको— मला स्पर्शण्याचं धाडस करू नको.'

कर्ण— भांबावून क्षणैक चटका बसल्यासारखा उठतो. पुन्हा डोळे राजदंडावर रोवत. वीरासन घेतो. राजदंडाला निर्धारानं गप्पकन् मूठ भरतो. कुणातच नसल्यासारखा— बेभान, फुललेला कर्ण ताडकन

उठताना पुन्हा सर्व दिवे उजळतात—)

कर्ण : (राजदंड उंच उंच उठवीत) होय. हाच राजदंड मी संपूर्ण आर्यावर्तात
अजिंक्य म्हणून मिरवून आणीन. अंगराज म्हणून नव्हे, दुर्योधनाचा
मित्र म्हणून नव्हे, या कुरूंच्या सभागृहातील योद्धा म्हणून तर नव्हेच
नव्हे. तर 'सूतपुत्र' कर्ण म्हणून!
वर्षऋतू संपताच हाच राजदंड घेऊन मी नगराच्या सीमेबाहेर पडेन—
कुणी केला नसेल अशा दिग्विजयासाठी!!
'कर्ण अर्जुनाच्या पासंगालाही टिकणार नाही' हा अहेर भरल्या
सभागृहात मला देणाऱ्या याच पितामहांना मी दाखवून देईन की
अर्जुन कर्णासमोर उभासुद्धा राहू शकणार नाही. पितामहांच्याच
चरणांना वंदन करून मी विचारतो आहे, देणार आहेत काय ते या
क्षणी 'शेवटचा कुरू म्हणून हा राजदंड पेललेल्या एका सारथ्याला—
अर्ध-रथ्याला आशीर्वाद?
(सर्व सभागृह स्तिमित झाले आहे. भीष्मांकडे बघते आहे. भीष्म
दोलायमान झाला आहे)

भीष्म : कर्णा, तो कुरूंचा राजदंड आहे. तो हाती पेलून मला— मलासुद्धा
नाही करता आलेला आर्यावर्ताचा दिग्विजय. भीम-अर्जुनासारखे
महावीरसुद्धा करू शकले आहेत आर्यावर्ताच्या फक्त एक एक
दिशेचे दिग्विजय. सूर्यभक्ता, नको करूस ही प्रतिज्ञा. ठेव— खाली
ठेव तो राजदंड.

कर्ण : (तडफेने) नाऽही! ज्या निर्वाणीच्या निराशेनं तुम्ही तो फेकला आहे,
त्याच निर्वाणीच्या निर्धारानं मी तो उचलला आहे. युद्धातील विजयांची
संख्या हीच पराक्रमाची कसोटी असेल, तर मीही दाखवीन तसा
संख्यासंपन्न पराक्रम. नाही तर— नाही— तर समरांगणातच ठेवीन
हा कवच-कुंडलांचा भारमय देह!

दुर्योधन : (कवच-कुंडलांचा उल्लेख ऐकून मनोमन भेदरत) नको, अंगराजा,
ही प्रतिज्ञा या क्षणी तरी नकोच नको.

कर्ण : (त्याला दुर्लक्षून) हा राजदंड हाती असताना एकच निक्षून सांगतो
की, विजयाच्या कोणत्याही धुंदीनं उन्मत्त होऊन मी श्रीकृष्णाच्या
मथुरा व द्वारका या राज्यांवर मात्र कधीच चढाई करणार नाही!

भीष्म : (तो कोण आहे ते जाणत असल्याने) का? श्रीकृष्ण 'अजिंक्य' आहे
म्हणून?

कर्ण : (तरातर पुढे होत) मुळीच नाही. तशा जरासंधानंही केल्या होत्या

सतरा वेळा मथुरेवर चढाया. त्याच्या अखंड आक्रमणांना विटून द्वारकेपर्यंत पळाला आहे श्रीकृष्णसुद्धा. आणि पितामह आपण जाणता... जरासंधालाही दिलं आहे मी जीवदान— काशीपुरातील द्वंद्वयुद्धात.

भीष्म : मग श्रीकृष्णच तेवढा का वगळावासा वाटतो तुला दिग्विजयाच्या मार्गातून?

कर्ण : (शून्यात) कारण— कारण 'गोपालां'ना मानतात 'सारथी'. घोडे उगारत नसतात कधीच आपले खूर गोधनावर. (एकदम पितामहांनाच उलटे घेरत) पण पितामह मला सांगतील काय— की खरोखरच हा राजदंड कवडीमोलाचा वाटतो त्यांना?

भीष्म : कर्णा...

कर्ण : (निर्धाराने) मी सांगतो पितामह, हा राजदंड स्वर्गाच्या राज्याहूनही श्रेष्ठ आहे. या सभागृहातल्या शत-शत योद्ध्यांच्या शत-शत जन्मांच्या प्राणांपेक्षाही. आपण विसरलात— याच राजदंडाच्या निष्कलंक प्रतिष्ठेसाठी प्रत्यक्ष आपणच केलं होतं घनघोर युद्ध जमदग्निपुत्र परशुरामांशी— साक्षात आपल्या गुरूंशी. आपण त्या युद्धात पराभवही केला होता आपल्या तेजवंत गुरूचा.

भीष्म : कर्णा, नको...

कर्ण : हे मी बोलत नाही. हा राजदंडच बोलतो आहे माझ्या तोंडून. तसं माळरानावर— घनदाट तृण माजलेलं असतं— पण देवमूर्तीवर चढविल्या जातात त्या दूर्वाच. जगात अगणित पर्वतराज आहेत पण हिमालय तो हिमालयच. तशा स्त्रिया अनेक असतात पण चरणधूली घेतली जाते ती मातेचीच. असतात तसे आकाशात अनेक तेजोगोल पण सूर्यदेव ते एकटेच. तसा— अगदी तसाच हा राजदंड एकमेव श्रेष्ठ आहे. म्हणूनच प्राण पणाला लावून पुढं होत मी तो उचलला आहे. तो आता कधीच खाली नाही पडणार. तसा प्रसंगच आला तर— तर (थांबतो)

भीष्म : (भयाकुल होत) तर— तर काय होईल कर्णा?

कर्ण : (राजदंडाकडेच बेभान बघत)
खड्गांना खड्गं भिडतील — (उंचावून राजदंडाकडे बघत)
— याच्यासाठी.
गदांचे स्फुल्लिंग उडतील — बाणांचा पर्जन्य कोसळेल—
— (पुन्हा उंचावून राजदंडाकडे बघत)
— याच्यासाठी...

चक्राचे आरे फिरतील — समरांगणे रंगतील

— (पुन्हा राजदंड उठवून बघतो)

— याच्यासाठी...

(कर्ण राजदंडाकडे बघता-बघता स्वत:ला हरवला आहे.)
पितामह, वीरहो— प्रसंगी रक्ताच्या नद्या वाहतील— याच्यासाठी!!— तरी— तरीही हा त्यावर तरंगतच राहील. कारण तो कुरूंचा आहे. हस्तिनापूरचा आहे. परंपरेचा आहे.
शेवटच्या कुरूनं फेकलेला राजदंड— मी पहिला सूतपुत्र म्हणून उठविला आहे— संपूर्ण आर्यावर्ताच्या दिग्विजयासाठी!!
(कर्ण आता राजदंड उचलून प्रेक्षकांना सामोरा झाला आहे. भीष्म त्याच्या पाठमोऱ्या आकृतीकडे बघत हात उठवून त्याला आशीर्वाद देतो आहे.)

भीष्म : जा गंगाभक्ता, या गंगापुत्राचा तुला आशीर्वाद आहे!
जा— सूर्यभक्ता—, या सूर्यवंशजाचे तुला धन्यवाद आहेत!
कर्णा जयतु!
(पितामह हात उठवीत असताना कर्ण प्रेक्षकांना सामोरासाच राजदंडाचा खडा हात तसाच हळूहळू पुढे वाकवीत मान नम्र करीत ते आशीर्वाद स्वीकारीत असतानाच दिवे जातात.)

अंक तिसरा

प्रवेश पहिला

(हस्तिनापुरातील अंगराज कर्णाचे 'शयनागार'. वेळ उत्तररात्र टळत आल्याची. रंगमंचावर मध्यभागी एकदम पिछाडीला कर्णाचा शयनाचा शिसवी पलंग दिसतो आहे. त्यावर- भुजा कपाळावर आडवी घेतलेला कर्ण झोपला आहे. संपूर्ण रंगागार धूसर निळ्या प्रकाशाने व्यापले आहे. कर्ण कसले तरी स्वप्न बघतो आहे. स्वप्नाचे भाव देणारे संगीत तरंग तरळतात. कर्ण कूस पालटतो आहे.)

(पडद्यातून सूर्यवाणी : कर्णाऽऽ! माझ्या आगमनाबरोबरच जिवाजिवांची निद्रा संपुष्टात येते. देहाची आणि मनाची. कर्णाऽ, आज मी स्वत: आलो आहे या अशा अवेळी तुझी— तुझी 'आत्मनिद्रा' दूर करण्यासाठी. दानवीरा, जागृत राहा!!)

(कर्ण तळमळतो)

कर्ण : पण, पण आपण कोण?

(पडद्यातून सूर्यवाणी : मी? (एक मंदसे पण अर्थगर्भ हास्य) मी हजारो सुवर्णी घोड्यांचा रथ आकाशमार्गी उधळणारा, जगत्या प्रत्येक जिवाला जीवनाचं दान करणारा, आकाशाचा स्वामी सूर्यऽऽ सूर्यऽऽऽ!

(घंटा-झांजांचा झणत्कार उठतो. त्यात 'सूऽर्य! सूऽर्य!!... सूऽर्य!!' असे ध्वनी विरत जातात.)

कर्णा, जागृत राहा. सावध राहा वीरा, तू केला आहेस दिग्विजय आर्यावर्ताच्या आठी दिशांचा. घेतली आहेस प्रतिज्ञा अर्जुनवधाची. त्यासाठी दानधर्माची!!

तुझ्या निग्रही दानव्रताचा स्वार्थी लाभ उठविण्यासाठी आज साक्षात

देवेंद्र येत आहे तुझ्या द्वारात— एक 'याचक' म्हणून. वृद्ध ब्राह्मणाच्या वेषात. अर्जुन आहे त्याचा पुत्र! सावधान कर्णा! इंद्र मागेल ते दान नको देऊस!)

(प्रतिध्वनी 'नको देऊस, नको देऊस'. कर्ण क्षणैक झोपेतच तळमळतो. अंगावरची शाल फेकून देत गर्जत उठतो— 'देणाऽर देणाऽर!')

कर्ण : (अर्धवट झोपेत) देणाऽर! देणाऽर! प्रत्यक्ष देवराज इंद्र येणार असेल याचक म्हणून या अंगराज कर्णाच्या द्वारात तर तो मागेल ते दान देणाऽर मी! (अंगावरचे कवच न्याहाळू लागतो.)

शोण : (लगबगीने प्रवेशतो) दाऽदा! दाऽदा! असं काय करतो आहेस? झालं काय? स्वप्न पडलं की काय तुला?

कर्ण : (सावरला आहे) स्वप्न? शोणा, होय स्वप्नच. सत्याहून केवढं तरी सुंदर स्वप्न! आपल्या पराक्रमाचा झालेला दिग्विजय पाहिला सर्व आर्यावर्तानं. आजचा दिवस सोन्याचा आहे. आज— आज आपल्या दानाचा दिग्विजय होणाऽर!!

शोण : (गोंधळून) काय— म्हणतोस काय तू? दाऽदाऽ...

कर्ण : (शांतपणे) प्रत्यक्ष देवराज इंद्र येणार आहे आज 'याचक' म्हणून आपल्या दारात, एका वृद्ध ब्राह्मणाच्या वेषात! प्रत्यक्ष सूर्यदेवांनी केलेला संकेत आहे हा. येणाऽर स्वर्गाच्या पायदंड्या उतरत— देवांचा देव इंद्र 'लाचार' होऊन आपल्या दारात येणाऽर, याचक म्हणून! एक य:कश्चित 'याचक' म्हणून!!

शोण : पण इंद्राला काय कमी पडलं आहे एवढं 'याचक' होण्यासाठी?

कर्ण : त्याला कमी पडलं नाही शोणा, आपल्याकडे ते 'अधिक' आहे असंच त्याला आणि कित्येकांना वाटतं. तू थांब इथंच, सर्व याचकांच्या स्वागतासाठी. आन्हिकं आटोपून मी येतोच आहे. (जातो.)

शोण : (स्वत:शीच) दानाचा दिग्विजय? इंद्र? याचक? (वृषाली प्रवेशते) (तिची पायधूळ शोण मस्तकी घेतो.)

वृषाली : अंगराजांची स्वारी उठली वाटतं शोणभावोजी?

शोण : नुसती उठली नाही वहिनी, केवढी तरी गर्जत उठली आज. उठल्या-उठल्याच आन्हिकं आवरायला गेल्येय आत. (चुटपुटत) काऽही काऽही कळत नाही या दादाच्या मनात काय असतं ते!

वृषाली : त्यांच्या मनात काय असतं ते कुणालाच नाही कळायचं. आणि कळलं तरी— कुणालाच ते मानवायचं नाही. (निघून जाते.)

कर्ण : (प्रवेशून- निर्धाराने) शोणा, आजचा दिवस आहे दानाला वीरधर्माचा

अर्थ देण्याचा. स्वतःचं सर्व हरवून जगातील सर्व मिळविण्याचा.

शोण : तू काय म्हणतोस ते कुणालाच कळायचं नाही, आणि कळलं तरी मानवायचं नाही. असं काय बोलतो आहेस आज तू?

कर्ण : (हसत) तुला काय वाटतं? काय मागेल दान, 'याचक' म्हणून येणारा इंद्र आज?

शोण : (विचारपूर्वक) धन, धेनू, धरती, धाम असंच काही—

कर्ण : नाही. धनाचं दान मागायला तो काही धनलोभी नाही.

शोण : मग विपुल भूर्जपत्रं? ग्रंथलेखनासाठी?

कर्ण : नाऽही— शोणा, याचक म्हणून ब्राह्मणाच्या वेषात येणारा वृद्ध स्वर्ग, मागणार आहे आज दान या या चिरतरुण धरतीकडं.— तो मागणार आहे— तो मागणार आहे दान माझ्या— माझ्या या अभेद्य कवच-कुंडलांचं!...

(शोण 'दादाऽ नको' म्हणत गपकन येऊन त्याच्या पायांना मिठी घालतो. हातात काठी घेतलेला वृद्ध अधिरथ प्रवेश करतो.)

अधिरथ : (थरथरत्या आवाजात) वसुसेना, तुझ्या— तुझ्या कवच-कुंडलांशिवाय आमचं जगणं जगणंच नाही.

कर्ण : बाऽबा! (सावरून त्याला पुढे आणतो)

अधिरथ : काय, मांडलं आहेस काय तू हे? वसू, आम्हाला तुझं हे राजवैभव नको, राजवास्तू नको... चल, असाच परत आमच्यासह चंपानगराला चल.

कर्ण : (दूर होत) बाबा, तुमच्यापासून मला ठायी ठायी दूर नेणाऱ्या या कवच-कुंडलांचा भार मी उतरवून देणार आहे. सांगा— बाबा, केवळ ही कवचकुंडलं तुमची आहेत की त्यामागचा वसुसेन तुमचा आहे?

शोण : (मध्येच) कवचकुंडलांसह तू आमचा आहेस दादा...

कर्ण : नाही, शोण. जीवनभर संभ्रमात टाकण्याखेरीज दुसरं काय दिलं आहे या कवचकुंडलांनी मला?

वृषाली : (प्रवेशून) काही दिलं नसलं तरी काही घेतलंही नाही त्यांनी अंगराजांकडून.

कर्ण : म्हणूनच शरीराला बिलगलेली ही भूछत्रं छेदून खूप घेणार आहे मी इंद्राकडून.

शोण : काय? काय देणार आहे तो स्वतःच याचक असताना तुला?

कर्ण : (भावविश्वात जात) तो देणार आहे या कर्णाला प्राणाहून मोलाचं असलेलं जीवनसत्य. अमर, अक्षय, अभंग अशा कीर्तीचं. 'कर्ण'

एक मानव— इंद्र देवांचा देव! मानवासमोर लाचार याचक म्हणून देव. धरतीसमोर गुडघे टेकलेला हीनदीन नतमस्तक स्वर्ग. देऽणाऽर. शोणा, वृषाली, बाबा, इंद्र मागेल ते दान मी देणार.

तिघेही	: (थरकून) नको, नको.
शोण	: (कर्णाच्या पायांशी होत) दादा, हा आत्मघात आहे.
वृषाली	: स्वामी, सोडा— सोडा हा हट्ट.
अधिरथ	: पुत्रा, वसू, नको रे आम्हाला लाथाडू!
शोण	: (कर्णाच्या पायांना भावपूर्ण मिठी मारत) दादा, नको— नको देऊ हे दान! (कर्णाच्या पायावर मस्तक ठेवतो.)
वृषाली	: (दुसऱ्या बाजूने कर्णाच्या पायाला बिलगत) अंगराज. तुम्ही हवे आहात आम्हाला स्वामी.
अधिरथ	: वत्सा, नको देऊस हे दैवी लेणं.
कर्ण	: नाऽही! ते शक्य नाही.

एक वेळ— एक वेळ मेघ सागराच्या माथ्यावरून विन्मुख होऊन परततील, आकाशाच्या अंगणातून तारकानक्षत्रं विन्मुख होऊन ढळतील; पण याचक... आणि कर्णाच्या दारातून विन्मुख परत? ते शक्य नाही. नाऽही. मी अंगराज नाही, दानवीर नाही, कुणाचा बंधू, पती, पुत्र, पिता नाही. मी— मी कर्ण ही नाऽही. पण मी... मी... मी... कशी... कशी... देणार ही— ही (स्वतःला न्याहाळू लागतो)

शोण	: दादा, संभ्रमित होऊ नकोस. सावध हो.
कर्ण	: (ताडकन) नाही. मी संभ्रमित नाही. सावध— सावधच आहे... मी... पण—
अधिरथ	: कशासाठी करतो आहेस हा अट्टाहास माझ्या पुत्रा? का व्याकूळ, कष्टी होतो आहेस?
कर्ण	: (विकल— विकल होत) बाबा मी व्याकूळ-कष्टी झालो आहे ते कवच-कुंडलं द्यावी लागतात म्हणून नव्हे—
अधिरथ	: मग कशासाठी?
कर्ण	: (अधिरथाजवळ जात. असहाय होत) ती कशी द्यावी हे सुचत नाही म्हणून!! बाबा ही अभेद्य कवच-कुंडलं कशी छेदू? माझा— माझा याचक विन्मुख परत— नाही, नाही बाबा, कधी हरला नाही पण— पण आज तुमचा लाडका वसू हरणार. आयुष्यावर कलंक येणार.
शोण	: दादा, तुला नसली तरी शेवटी त्या दैवी लेण्यालाच आहे आमची काळजी. शांत हो.

कर्ण : शोणा, तू— तूच जा इंद्राच्या स्वागताला आज. त्याला सूचना दे— येताना एक मोठी झोळी आणण्याची. देईन— त्याला हवं असलेलं दान मी देईन. (भावविश्वात जातो. स्वतःलाच न्याहाळत) शोण, हा देहच टाकीन मी अर्पून त्याच्या झोळीत! प्राण जाईपर्यन्त श्वास कोंडून घेईन मी त्याच्या झोळीत. जाईल— इंद्र हे दान घेऊनच जाईल. स्वर्गातील त्याच्या राज्याभोवती असलेल्या सुवर्णी कुंपणावर टाकेल तो माझा देह वाळत. माझ्या थंड रक्ताचं बाष्प होऊन उडून जाईल. आपल्या सिंहासनावरचं जीर्ण व्याघ्रचर्म हटवून, इंद्र आपल्या हातांनी अंथरेल हे माझं सुवर्णी कवच त्यावर... (हसतो) पण—

शोण : केवढं भयानक बोलतोस तू?

कर्ण : पण नाही घेऊन जाणार इंद्र तसा मला आपल्याबरोबर... (शोण-अधिरथ-वृषाली या तिघांनाही हात पसरून आपल्या कवेत लपेटत) शोण, वृषाली, बाबा, माझ्यासारख्या सूतपुत्राच्या प्राणाला स्वर्गात कुठलं असणार स्थान? (विजेचा झटका बसावा तसे शोण— 'दादा' म्हणत— वृषाली 'स्वामी' म्हणत व अधिरथ— 'वसु' म्हणत एकदम दूर होतात.)
(कर्ण पुन्हा एकाकी— एकटा होत व्याकूळतो.)
माझी विमल कीर्ती कलंकित होणार. हरणार. आज कर्ण हरणार.
(मस्तक दोन्ही हातांनी गच्च धरत. एक प्रश्नचिन्हसा कर्ण रंगमंचाच्या मध्यभागी गुडघे टेकतो. मान खाली जाते.)

शोण : (निर्धाराने) दादा, तुझ्या मुखातून आज्ञा झाल्याखेरीज काहीच नाही केलं मी आजवर. पण आज करणार.
(कर्ण झटकन मान वर घेतो. स्वतःशीच 'मुखातून-मुखातून' असं पुटपुटत हळूहळू उठतो.)

कर्ण : शोऽणा. काय काय म्हणालास तू? पुन्हा— पुन्हा म्हण.

शोण : तुझ्या मुखातून आज्ञा झाल्याखेरीज काहीच केलं नाही मी कधी; पण आज करणार— राजवास्तूचं महाद्वार बंद करून घेणार आहे मी.
(पडद्याआडून— 'मुखातून— मुखातून' असे स्पष्ट व मोठे ध्वनी घुमत येतात.)

कर्ण : थांब शोणा, कसलं— कसलं ऋण फेडण्यासाठी आला आहेस तू या कर्णाचा बंधू म्हणून. थांब. माझी आज्ञा आहे— महाद्वार उघडंच राहील (कर्ण तरातरा चालत रंगमंचावर एका कोपऱ्यात तबकात ठेवलेलं म्यानबद्ध खड्ग उचलतो. सरकन त्यातील खड्ग बाहेर

खेचतो. वृषाली-शोण-अधिरथ भेदरून बाहेर जाण्याच्या प्रवेशद्वाराच्या बाजूला एकमेकांजवळ होत त्याच्याकडे बघू लागतात. कर्णाची चर्या कितीतरी उजळली आहे. सूर्यफुलासारखी झाली आहे. खड्गाच्या पात्याकडे बघताना त्याचे डोळे तळपताहेत. स्वतःशीच बोलल्यासारखा बोलतो.)

नाऽही हरणार! हा कर्ण कधीच नाही हरणार! आज धरती देणार आहे अर्घ्यदान स्वर्गाला— दानवीर कर्णाच्या रक्ताचं.

देणाऽर, मी इंद्राला कवच-कुंडलं दान देणाऽर!! एका हातात वज्र आणि एका हातात कवच-कुंडलं घेऊनच आज इंद्र हस्तिनापुराबाहेर पडेल. माझं कवच स्वर्गाच्या सोपानाच्या पायदंड्यांवर अंथरून, माझ्या रक्तानं माखल्या पायांनीच तो आज परतेल! पोचतील— सूतपुत्र कर्णाचे प्राण नसले तरी चार रक्तथेंब देवेंद्राच्या स्वर्गात पोचतील!!

सर्व जण : नको— नको.

अधिरथ : पुत्रा, हा अविचार आहे अविचार.

कर्ण : हे— हे खड्ग अभेद्य नसलेल्या माझ्या मुखातून चालवीत, वृक्षावरची साल सोलावी तसं अखंड कवच कुंडलांसह मी इंद्राला देणाऽर. सूतपुत्र दाता आणि याचक देवराज... धुळीनं भरलेली धरती आणि तिच्यासमोर आकाशानं पसरलेली झोळी!! (आत्माभिमानानं भरून येत हसतो. पिळवटलेला शोण बाणासारखा पुढं होत त्याच्या पायांना विळखा घालतो. ‘‘दादा, दाऽदा, नको— नको’’ म्हणून काळीज-भेदक विनवू लागतो.)

एक दूत : (लगबगीनं प्रवेशून) महाराज, कुणी एक याचक दाराशी उभा आहे. म्हणतो आहे—

अधिरथ : त्याला सांग, अंगराज कुणालाच भेटणार नाहीत आज.

शोण : (उठून— पुढे होत) हाकलून— हाकलून लाव त्याला—

वृषाली : येऊ देऊ नको त्याला आत.

कर्ण : (दूताला) नाऽही. तो— तो वृद्ध आहे?

दूत : होय महाराज.

कर्ण : ब्राह्मणवेषात आहे?

दूत : होय महाराज.

कर्ण : (हसतो)— तो— तोच— तो. कर्णाच्या दारातला सर्वश्रेष्ठ याचक! सर्वश्रेष्ठ दान घ्यायला आलेला. ब्राह्मणाच्या वेषात रक्तमय दान

ध्यायला आलेला याचक.
देणाऽर! (खड्गाकडे कर्ण एकदा बेभान नजरेनं बघतो. खड्ग तोलत एक-दोन संथ पावलं टाकतो)

शोण, वृषाली,
अधिरथ : नको. नको...
(कर्ण त्यांच्यात नसल्यासारखा दिसतो आहे. पुन्हा एक पाऊल टाकतो.)

शोण, वृषाली,
अधिरथ : (एकदम) दादा— स्वामी— वसु—
(सवितृ मंत्राचे स्वर घुमू लागतात—
ॐ भूर्भुवः स्वः तत्सवितुर्वरेण्यं, भर्गो देवस्य धीमही—
धियो यो नः प्रचोदयात् ।
कर्ण खड्ग पेलून चालू लागतो. संथ— निग्रही— निर्धारी.
शोण, वृषाली, अधिरथ यंत्रवत त्याला आपोआप वाट करून देतात. तो जाताच प्रथम तिघे थोडे पुढे होतात)

शोण, वृषाली,
अधिरथ : (एकदम) दाऽदा— (हुंदका)— पुऽत्रा
('ॐ भूर्भुवः स्वः'चे सवितृ मंत्राचे बोल उठताना शोण-वृषाली-अधिरथ एकमेकांकडे हताश बघतात. तिघेही एकमेकांना सावरत असतानाच दिवे मालवतात. सवितृ मंत्राचे ध्वनी सर्वत्र घुमतात. पडदा.)

प्रवेश दुसरा

(श्रीकृष्णाचा पाच घोड्यांचा रथ उधळत धावतो आहे असा टापांचा व रथचक्रांचा आवाज हळूहळू मोठा होत जातो. मध्येच आसुडाचा फटकारा उठतो. तो रथ कुठेतरी येऊन थांबला आहे. क्षणभर घोड्यांची धाप व फुरफुर उमटून थांबते. मग एका कोकीळपक्ष्याच्या दोन-तीन दमदारीच्या ताना टिपेनं घुमतात.

रंगमंचावर प्रकाश उजळतो. गंगेचे पात्र दाखविणारा प्रशस्त पडदा आहे. त्यात गंगापात्रात लय पावत चाललेले मोठे सूर्यबिंब स्पष्ट दिसते आहे. पात्रावर पंख फुलवून मैनाक पर्वताच्या रोखानं झेपावणारा गरुडपक्ष्यांचा थवा दिसतो आहे. त्यातील दोन गरुडपक्षी माना तिरक्या करून, एकमेकांशी फुलवत्या पंखांनी एकमेकांसामने असे प्रेक्षकांना स्पष्ट दिसताहेत. ते कर्ण, श्रीकृष्णाचे व मागील थवा

भारतीय युद्धातील वीरांचे प्रतीक आहे. गंगाकाठ धरून दूरवर कुठेतरी तिकोनी भगवे निशाण असलेले, कळससंपन्न मंदिर दिसते आहे. ते आर्यांच्या जीवननिष्ठांचे मंगल प्रतीक आहे. रंगमंचावर एका कोपऱ्यात बऱ्याचशा पारंब्या ओळंबत्या सोडलेला, कार्डबोर्डाचा एक अर्धवट वटवृक्ष दिसतो आहे. त्याखाली सहज बसता येईल असा पाषाणखंड आहे. हस्तिनापूरच्या सीमेलगतचे हे स्थळ आहे.)

कर्ण : यादवा, तू असा अस्वस्थ का? अबोल का? कुरूंच्या राजसभेतील तुझी शिष्टाई फसली म्हणून?

श्रीकृष्ण : (आवेगाने) नाही. मुळीच नाही. (अस्वस्थ फेर घेतो.)

कर्ण : मग 'चल' म्हणत मला थेट आपल्या राजरथात आरूढ करून, इथवर आणलं आहेस ते का?

श्रीकृष्ण : वीरा, तू दिग्विजय केलास, इंद्राला दिलंस दान कवचकुंडलांचं. त्यानं झालेली कमतरता भरून काढण्यासाठी परशुरामांकडे गेलास महेंद्रपर्वतावर, ब्रह्मास्त्र मिळावं म्हणून. निष्ठापूर्वक तू ते मिळवलंसही, पण (थांबतो)...

कर्ण : पण काय?

श्रीकृष्ण : परशुरामांनी दिला आहे तुला शाप. ऐन युद्धसमयी ब्रह्मास्त्र आठवणार नाही असा! महेंद्रावरच तुझ्या हातून गैरसमजुतीनं सुटलेल्या अपघाती बाणानं मारली गेली आहे 'शुभदा', एका गरीब ब्राह्मणाची गाय! त्यानंही दिला आहे तळतळून तुला शाप, युद्धसमयी तुझ्या रथाचं चक्र फसेल धरतीत म्हणून! कर्णा, काय स्थिती आहे तुझी आज, जाणतोस?

कर्ण : हे, हेच सांगण्यासाठी आणलं आहेस तू मला आज इथं?

श्रीकृष्ण : हेही सांगितल्याशिवाय पटणार नाही तुला, कशासाठी मी तुला इथं आणलं आहे. कर्णा, कौरव-पांडवांचं वैर, वैमनस्य मिटावं, या वीर बंधु-बंधूंनी हातात हात घालून आर्यावर्ताचं नेतृत्व करावं, यासाठी मी पराकोटीचे— शक्य ते सर्व प्रयत्न केले. अखेरचा यत्न म्हणून शिष्टाईसाठीही आलो मी.

कर्ण : आणि, बोलू नये ते बोलून गेला तुला दुर्योधन, अविचाऱ्यासारखं. पाच ग्रामंच काय, सुईच्या अग्रावर थरथरत उभा राहणारा धूलिकणही पांडवांना नाही मिळणार युद्धाशिवाय!

श्रीकृष्ण : उन्मत्तपणे तो मला म्हणालाही— तुझ्या तळपायांना चिकटलेले धूलिकणही मी घेतले असते निपटून, पण त्या निमित्तानंसुद्धा माझ्या 'दासानं'ही गायींच्या मलमूत्रानं बरबटलेल्या तुझ्या पायांना स्पर्शसुद्धा

करू नये असं वाटतं मला, मथुरेच्या गवळ्या!! (थांबून) तुला कोण वाटतो मी?

कर्ण : गोपालच! सर्व आर्यावर्ताला, अमोलिक विचारांचं अमृतमय दूध पाजणारा! (श्रीकृष्ण हसतो).

श्रीकृष्ण : (गंभीर होत) त्या दुधाचं 'रक्त' होण्याचा क्षण आला आहे कर्णा. एक सर्वसंहारक, भयाण महायुद्ध चालून येण्याचा धोका निर्माण झाला आहे दानवीरा. मानवी जीवनमूल्यच दग्ध होण्याचा प्रसंग येऊन ठेपला आहे. हे महायुद्ध टाळणं आता फक्त, फक्त एकाच वीर आर्याच्या हातात आहे.

कर्ण : (गोंधळून) कुणाच्या?

श्रीकृष्ण : तुझ्या!

कर्ण : माझ्याऽ??

श्रीकृष्ण : होय. बंधु-बंधूंचं हे महायुद्ध टाळणारा, उद्याचा विराट, विक्राळ, विध्वंसक भविष्यकाळ आजच— आजच ज्याच्याभोवती न्यायदानाचं आवाहन करीत घोटाळतो आहे, तो— तो— एकमेव, महान आर्यवीर तू— तू आहेस, कर्णा!

कर्ण : कोऽण? मी? (गोंधळतो).

श्रीकृष्ण : होय. असंख्यात कुलस्त्रियांच्या मस्तकी मिरवणारं सौभाग्यकुंकुम, आजच शोधतं आहे आपलं भविष्य, अर्घ्यदान करणाऱ्या तुझ्या तपस्वी ओंजळीतील थेंबाथेंबांवर!

कर्ण : (उपहासाने) हं. एका सारथ्याच्या! अच्युता, थट्टा तर करत नाहीस ना तू माझी? ज्या कौरवांच्या राजमंडळात पितामह भीष्म आहेत, गुरू द्रोण आहेत, युवराज दुर्योधन आहे तिथं मी कोण आणि कुठला! एक अर्धरथी!

श्रीकृष्ण : नाही. तू अर्धरथी नाहीस. तू 'कोण' आहेस ते सांगण्याचा अधिकार मलाही नाही.

कर्ण : (गैरसमजाने) कसा असेल? अश्वशाळेचा आणि आसुडाचा अधिकार तुझ्यासारख्या क्षत्रियांच्या क्षत्रियाला कसा असेल? शंका— शंका येते कधीकाळी तू सुदाम्याच्या मुठीतून आलेला स्नेह स्वीकारला होतास, याची.

श्रीकृष्ण : (त्याला निर्धाराने रोखत) या, याच संभ्रमात गेलं तुझं सर्व आयुष्य. काठाला एकामागून एक होणाऱ्या धरणीकंपांशी टक्करताना पात्र बदलणाऱ्या महानदासारखं!

कर्ण	: हे— हेच सांगण्यासाठी आणलंस तू मला इथं!
श्रीकृष्ण	: कर्णा, त्या सूर्यतेजाला साक्ष ठेवून, या पावन गंगामातेला साक्ष ठेवून, मी तुला जे सांगणार आहे ते धैर्यानं आणि शांत चित्तानं ऐक. (गंभीर विचारात गेल्यासारखा) तू तू— तू सूतपुत्र नाहीस! काढून— काढून टाक तो सल आणि संभ्रम मनातून.
कर्ण	: (गोंधळतो. खेचल्यासारखा श्रीकृष्णाजवळ येतो) (हसतो) होय! मी 'सूतपुत्र' नाही! माझा परमस्नेही युवराज दुर्योधन जे सतत म्हणत आला, तेच तूही मला सांगणार आहेस.
श्रीकृष्ण	: (चमकून) काय?
कर्ण	: हेच, तू सूतपुत्र नाहीस, आहेस अंगराज, दिग्विजयी, दानवीर!
श्रीकृष्ण	: (व्याकूळ होत) नाऽही! कर्णा, नाही. हे सर्व सर्व ज्या एकाच वारशावरून— कुणाही वीर पुरुषानं अभिमानानं टाकावं कुरवंडून असा— असा तू तू (सूर्यबिंबाकडे बोट रोखत) तू साक्षात सूर्यपुत्र आहेस— सूर्यपुत्र!
कर्ण	: (प्रथम धक्क्याने) क्काऽय? (खेचल्यासारखा श्रीकृष्णाजवळ येतो. थांबून स्वतःशीच हसतो) होय. मी सूर्यपुत्रच आहे! श्रीकृष्ण चमकतो.) गंगापात्रात उभं राहून सूर्यदेवांना घटकान्घटका अर्घ्य अर्पण करताना, पंख फडफडवीत ज्या कारंडव पक्ष्यांनी मला बघितलं आहे— तेही हेच म्हणतील, की, 'कर्ण सूर्यपुत्र आहे! कर्ण सूर्यपुत्र आहे!'
श्रीकृष्ण	: (निश्चयपूर्वक) कर्णाऽ, तू सूतपुत्र नाहीस, तू सूर्यपुत्र आहेस आणि धैर्यशील वृत्तीनं, स्थिर चित्तानं ऐक; तुला प्रचंड धक्का देणारं तुझं सर्वांत कटु जीवनसत्य ऐक. कर्णाऽ— कर्णाऽ— तू— तू— 'राधेय' नाहीस!! अधिरथ आणि राधा यांच्या पोटी नाही तुझा जन्म.
कर्ण	: (व्याकूळ, व्याकूळ होत श्रीकृष्णाचे दोन्ही दंड हातपंजात धरतो) क्काऽय? काय म्हणालास तू? मी— मी 'राधेय' नाही?
श्रीकृष्ण	: नाहीस.
कर्ण	: राधा— राधा माझी— माझी माता नाही?
श्रीकृष्ण	: नाही.
कर्ण	: (त्याला सोडून दूर दूर होत) नाही, नाही. हे शक्य नाही. (स्वतःशीच) राधा— राधा माझी— माझी माता नाही,— माता नाही? (मस्तक गच्च धरून प्रेक्षकांनाच विचारलासा वाटावा असा प्रश्न करतो) मग— मग आहे तरी कोण माझी माता?

श्रीकृष्ण	: (थंडपणे) राजमाता!
कर्ण	: क्काऽय? राजमाता गांधारीदेवी?
श्रीकृष्ण	: नाऽही! राजमाता कुंती!! 'कौंतेय' आहेस तू!!
कर्ण	: क— कौंतेय! कसं— कसं शक्य आहे?? ना— नाही.
श्रीकृष्ण	: होय. तू एकशेएकावा कौरव नाहीस. आहेस पहिला आणि ज्येष्ठ पांडव!!
कर्ण	: असत्य— असत्य आहे हे.
श्रीकृष्ण	: (कर्णाजवळ येत, शांतपणे) तू इंद्राला दान केलीस ती कवचकुंडलं जेवढी सत्य होती, माझा हा नीलवर्ण जेवढा सत्य आहे, तेवढं तेवढंच हे सत्य आहे— तू 'कौंतेय' आहेस. 'पहिला पांडव' आहेस.
कर्ण	: (श्रीकृष्णाला रोखून बघत, त्याच्यापासून दूर होत) पांडवांच्या पाठीसाख्या श्रीकृष्णाऽ, हेही तेवढंच सत्य आहे की तुझ्या कुठल्याही राजकारणाला मी कधीच नाही बळी पडणार.
श्रीकृष्ण	: राजकारण? खरं आहे तुझं. पण ते माझं नाही! ते राजकारणच आहे पण तुझ्या नियतीचं!
कर्ण	: नियतीचं राजकारण?
श्रीकृष्ण	: होय. ते नियतीचं राजकारण नसतं तर (श्रीकृष्णावर स्पॉट)— कौमार्यावस्थेत कुंतीला दुर्वासांच्या 'देवहूती' मंत्रापासून पुत्र झालाच नसता— तिला तो अश्वनदीत सोडावा लागलाच नसता— तो अधिरथाला मिळालाच नसता— आणि एक तेजवंत सूर्यपुत्र— सूतपुत्र ठरलाच नसता!
कर्ण	: कोण सूर्यपुत्र? कोण सूतपुत्र?
श्रीकृष्ण	: तूच आहेस तो सूर्यपुत्र. आणि म्हणूनच लाभलं होतं तुला अभेद्य कवच आणि तेजमान मांसल कुंडलं. कर्णा, तू सारथी नाहीस, तू सूर्यपुत्र आहेस; 'राधेय' नाहीस, आहेस 'कौंतेय'. 'कौरव' नाहीस एकशेएकावा, तू— तू आहेस 'पहिला पांडव!' आहेस सूर्यतेजाचा दीप्तिमान वंशज.
कर्ण	: नाही!! नाही! (कर्णावर स्पॉट) मी सूतपुत्र नाही. राधेय नाही. एकशेएकावा कौरव नाही. कौंतेय आणि पहिला पांडव तर नाहीच नाही. मी— मी सूर्यपुत्रही नाही!! (हताश— हताश होतो.) मी— मी आहे एक प्रचंड शून्य!! प्रचंड शून्य!! ज्याला नसतात बंधू-बंधनं, नसते माता-ममता, नसते आवश्यकता कुठल्याही कुळाची— कसल्याच वारशाची, ज्याला नसतात मान—

अवमान— आत्माभिमान— कसले कसलेच भाव! 'कऽर्ण, कऽर्ण' एक प्रचंड शून्य! जन्म नसलेलं, मृत्यू नसलेलं! राधा-कुंती, वृषाली-पांचाली, शोण, अर्जुन, घोडा-सूर्य, सर्वा-सर्वांनाच सामावून घेणारं! सर्वापार गेलेलं! कशा— कशातच नसलेलं! एक प्रचंड शून्य! केवढं— केवढं शांत वाटतं आहे आता!! (कर्णाची चर्या आता निर्भाव आहे. दिवे येतात.)

श्रीकृष्ण : (कर्णाच्या पाठीवर हात ठेवीत) कर्णा, असा भ्रांतचित्त होऊ नकोस. संभ्रमित होऊ नकोस. तुला तुझ्या शाश्वत मार्गाकडं नेण्यासाठीच मी आलो आहे.

कर्ण : कसला शाश्वत मार्ग?

श्रीकृष्ण : बंधुवर, दुर्योधनाच्या अन्यायी पक्षाला उभा राहू नको. चल; अजूनही समय गेलेला नाही.

कर्ण : कुठं?

श्रीकृष्ण : चल. आपल्या रक्तात, आपल्या बंधूंत. कर्णा— पांडवांत चल. सर्वांपेक्षा दाट असतं रक्त, आणि त्याहूनही दाट आणि जिव्हाळ्याचं असतं ते मातेचं दूध.

कर्ण : का? कसा? आणि कशासाठी?

श्रीकृष्ण : आर्यांच्या विद्यमान संस्कृतीला त्यामुळं एक नवा आदर्श मिळणार आहे. जीवनाला जगण्याचा आणि जगविण्याचा अधिकार प्राप्त होणार आहे.

कर्ण : ज्याचे स्वत:चेच आदर्श गेले आहेत वाहून, तो इतरांना काय देणार आहे आदर्श, गोपाला?

श्रीकृष्ण : कौंतेया, या सर्व राज्याचा अभिषेक वडील, वंदनीय बंधू म्हणून सर्व पांडव तुलाच करतील. महावीर कर्णा, ज्याला अज्ञानानं तू आजवर शत्रू मानत आलास तो धनुर्धर अर्जुन करील तुझ्या जैत्ररथाचं सारथ्य. चल, आर्या, रथारूढ हो.

कर्ण : नाही— नाही— नाही... ते कधीच शक्य नाही.

श्रीकृष्ण : का?

कर्ण : प्रत्यक्ष मृत्यूचा मुक्त वर्षाव झाला माझ्या मस्तकावर तरी चालेल, पण— पण स्वत्वाचं एवढं घोर मरण मी कधीच नाही पत्करणार. (आता कर्णच एक एक टप्प्यानं प्रश्नांची झोड उठवीत श्रीकृष्णाला ठायी ठायी घेरतो आहे— केवळ निरुत्तर करतो आहे.)

श्रीकृष्ण : कसलं स्वत्व?

कर्ण : यादवा, तू— तूच सांग— मी सूर्यपुत्र असताना, ज्येष्ठ कौंतेय असताना, त्या दिव्य कुलांना शोभेल असं वागावं— की— की त्यांना कलंकित करीत पदभ्रष्ट व्हावं?

श्रीकृष्ण : कर्णाऽ—

कर्ण : मेघ:शामा, सांग— सूर्याचा किरण कधीतरी वक्र गेलेला तू पाहिला आहेस काय? एकदा धरली ती दिशा, ती बाजू, तोच पक्ष. राज्य, कीर्ती, संपत्ती, प्रमदा आणि प्रेमबंध कोणताच पाश सूर्यकिरणांना बद्ध करू शकत नाही— कधीच नाही! या अमर किरणांनी सूतांच्या पर्णकुट्यांवर काय आणि हस्तिनापुरातील कुरूंच्या राजवास्तूवर काय एकाच ममतेनं अखंड वर्षावच केला आहे. श्रीकृष्णा, पांडव माझे अनुचर झाले तर...

श्रीकृष्ण : तर काय?

कर्ण : तर 'सेवक' म्हणून करीन उभे मी त्यांना राजा दुर्योधनाच्या सभागृहात. जीवनाचा एकच अर्थ— सर्व सर्व हरवून मला मिळाला आहे.

श्रीकृष्ण : कुठला समजला आहे तुला जीवनाचा अर्थ?

कर्ण : राजद्वारात आणि स्मशानात अभंग आणि अखंड उभा असतो तोच खरा स्नेह!! कृष्णा, कर्ण आणि पांडव या जन्मानं निगडित जीवनरेषा असतील; पण— पण 'युवराज दुर्योधन' आणि 'सूतपुत्र कर्ण' या पूर्वजन्मानं निगडित जीवनरेषा आहेत. मी कौंतेय आहे म्हणून— म्हणून आग्रहानं पांडवांत यावं म्हणतो आहेस. एक सांगशील काय?

श्रीकृष्ण : काय?

कर्ण : अरे, एकाच डहाळीवर उमललेली सर्वच फुलं गोकुळातल्या गोपालांनी तरी कधी तुझ्या चरणांवर अर्पण केली आहेत काय?

श्रीकृष्ण : कर्णाऽ?

कर्ण : ज्याच्या निर्भेळ स्नेहावर मी तपन् तपं समुद्रवलयांकित राज्यसुखाचा अमित उपभोग घेतला, त्या दुर्योधनाला या ऐन क्षणी मी विश्वासघाताच्या खोल गर्तेत लोटावं? केवळ स्वार्थापोटी आणि प्रेमापोटी मी पांडवांचा पक्ष स्वीकारावा? अच्युता, तुझ्या सूर्यपुत्राला ते शोभा देणारं आहे काय?

श्रीकृष्ण : तुझा 'स्नेह' सत्य असेल पण बंधो, दुर्योधनाचा 'पक्ष' असत्य आहे.

कर्ण : सारथीकन्या असूनही ज्या वृषालीनं मला भावगंधित अशी मयूरपंखी जीवनसाथ दिली— त्या माझ्या अजोड पत्नीला, गर्वोन्नत द्रौपदीच्या

केवळ सुगंधी सौंदर्यासाठी मी लाथाडावं? तुझ्या कौंतेयाला ते कीर्तिप्रद होईल काय?

'वसु— वसु' म्हणून माझं मलमूत्र सावरतानाही जिनं बालपणी माझ्या मस्तकाचे आवेगी मुकेच मुके घेतले, त्या माझ्या राधा मातेला या क्षणी पाठ फिरवून मी तडक पारखं व्हावं? देवकीपुत्रा, कुणासाठी? मला जन्मत:च त्यागणाऱ्या नाममात्र जन्मदात्रीसाठी? यशोदापुत्रा, तुझ्या आतेबंधूला ते शोभा देणारं आहे काय?

श्रीकृष्ण : कर्णाऽ, स्त्री होती ती... असहाय, आणि अजाण.

कर्ण : आज मला नवल वाटतं आहे ते मात्र एकाच योगायोगाचं!

श्रीकृष्ण : (गोंधळून) योगायोगाचं? कुठल्या?

कर्ण : वासुदेवा, तू— तूही एका दिव्य— थोर क्षत्रियकुलात जन्मलास आणि— आणि तुझ्या घनघोर नियतीच्या राजकारणी तडाख्यानं— दुर्वशात गोपालांत येऊन वाढलास. पण— पण—

श्रीकृष्ण : पण काय? आर्या, मनमोकळं— नि:संकोच बोल.

कर्ण : तू जसा आपल्या यशोदामातेला भुललास तसा— तसा नाही रे मी माझ्या राधामातेला भुलू शकत! योगयोगेश्वरा, आत्मा आभाळाचा असला— तरी क्षमा कर, पाय मातीचे लाभलेल्या माझ्यात तेवढं... तेवढं बळ नाही!!

श्रीकृष्ण : (निर्धाराने आवाहनाची दुसरी गडद बाजू खोलत) कर्णा, मग जाणतोस या सर्वांतून तुझ्या वाट्याला काय येणार आहे? मरणाहूनही भयंकर आहे ते!

कर्ण : (संथपणे) काय?

श्रीकृष्ण : माहीत आहे कशी उरेल तुझी स्मृती या निर्णयातून? साऱ्या आर्यावर्ताला युद्धाच्या खाईत लोटणारा, स्वत: जळून इतरांना दग्ध करणारा, तेजाचा पुत्र असून अंधारात लय पावलेला अशी— अशीच राहील तुझी स्मृती.— आणि— कोटी-कोटी आर्यांची मनं कर्णाऽ, लक्ष-लक्ष वर्षं ती अनुकंपेनं सदैव पोखरत राहील.

कर्ण : (शांतपणे) मुळीच नाही... कोटी-कोटी आर्यांची मनं लक्ष-लक्ष वर्षं सलत राहतील ती माझ्यासाठी नव्हे, तर— तर तुझ्यासाठी!

श्रीकृष्ण : (आश्चर्याने) माझ्यासाठी?

कर्ण : होय. पांडवांनी वनवास भोगला म्हणून तू कळवळून आला आहेस श्रीकृष्णा. त्यासाठी, ते द्यूत खेळले होते हे तरी तू नाकारत नाहीस ना? पण— पण कोणतंही द्यूत न खेळता— जीवनभर मी जो घोर,

घृणामय 'अज्ञातवास' पत्करला त्यासाठी तुझ्या न्यायप्रिय मनाला कुठे तरी यातना झाल्या असत्या तर— तर...

श्रीकृष्ण : तर— काय?

कर्ण : तर पांडवांकडे येण्याचा हा आग्रह तू मला कधीच केला नसतास. उलट सर्व पांडवांनाच रथात घालून घेऊन आला असतास तू माझ्याकडे.

श्रीकृष्ण : केवढे उलटे आहेत तुझे विचार!

कर्ण : श्रीकृष्णा, फळात रस असतो तो नष्ट होऊन बीजांना खत पुरवण्यासाठी. मी त्या रसासारखाच आहे. माझ्या आत्मार्पणावर तुझ्या आणि सर्वांच्या प्रिय पांडवांची बीजं अंकुरावीत— गगनाला गवसणी घालत फोफावावीत असा— असाच नियतीचा संकेत आहे. वडील म्हणून जन्मणाऱ्यांना मागील छोट्यांना हे द्यावंच लागतं. जगण्यापेक्षा विश्वेश्वरा, जगविण्याचा अधिकार मोलाचा नाही काय?

श्रीकृष्ण : (भारावून) कर्णा, धन्य आहेस तू. येतो मी— महायुद्ध अटळ आहे; त्याच्या तयारीसाठी निघालं पाहिजे मला.

कर्ण : श्रीकृष्णाऽ हे— हे— महायुद्ध नाही— हा— हा महायज्ञ आहे! सर्व कौरव-पांडव पार पाडतील प्रत्येकाला साजेसा कार्यभाग या यज्ञात. या महायज्ञाचा अध्वर्यू तू— तूच आहेस. (श्रीकृष्ण आता खेचल्यासारखा कर्णाकडे येतो.) त्यासाठीच हाती शस्त्र धरणार नाहीस तू या महायज्ञात.

श्रीकृष्ण : (भरून येत) कर्णाऽऽ!

कर्ण : जनार्दना, 'न भूतो न भविष्यति' असाच हा महायज्ञ ठरणार आहे.

श्रीकृष्ण : तू— तू कोण आहेस या महायज्ञात?

कर्ण : सांगता! माझ्या या शरीराची सोन-समिधा अर्पण होताच तुझ्या या महायज्ञाची सांगता होणार आहे!! जा विश्वेश्वरा, शांत चित्तानं महायज्ञाच्या तयारीला लाग. फक्त एकच मागणं आहे तुझ्याकडं.

श्रीकृष्ण : कोणतं?

कर्ण : पांडवांना— पांडवांना मी त्यांचा 'ज्येष्ठ बंधू' आहे हे कटु सत्य कधी चुकूनसुद्धा सांगू नकोस... ते कळलं तर त्यांच्या हातातील शस्त्र आणि पायांतील बळ गळून पडेल. प्राणपणानं ते माझ्याशी कधीच लढू शकणार नाहीत. माझ्या बंधूंनी घेतलेला कलंक मला कधीच मानवणार नाऽही. मला— मला तुझ्या यज्ञाची सांगता कधीच करता येणार नाही.

श्रीकृष्ण	: (गलबलून) कर्णा, कसलं— कसलं मन घेऊन आला आहेस तू या मर्त्य भूमीवर!
कर्ण	: मुकुंदा, जा. कर्णाचं राजरत्न पांडवांच्या राजमुकुटात कधीच बसू शकत नाही हे कौशल्यानं पांडवांना समजावून सांग. आणि— आणि या कर्णाचा— तुझ्या आतेबंधूचा निर्वाणीचा भावप्रणाम 'कृष्णाऽ, कृष्णा' उदार अंत:करणानं आपलासा करून घे. (वाकून वीरासन घेतो. श्रीकृष्णाच्या चरणांना हात भिडवून— पायधूळ मस्तकी घेत असताना) तुला देण्यासाठी हृषीकेशा, हा— हा एवढा भावप्रणामच आता या कर्णाजवळ शिल्लक आहे. महेंद्रावर एकदा निरोप घेताना परशुरामांना केला होता. हा तुला आहे.
श्रीकृष्ण	: कर्णा, मला माहीत होतं कसल्याच आमिषांना बळी पडणारे नाहीत तुझे आदर्श. पण— पण खरोखरच येणाऱ्या या महायुद्धानं काय देणार आहोत आपण भावी आर्यांना बंधुवर? या युद्धानं माया-ममता, स्नेह, औदार्य, माणुसकी सर्व— सर्व मानवी मूल्यांचा विनाश होईल. उरतील संस्कृतीचे केवळ कोळपून राख झालेले ढीग. ह्याच मानवी मूल्यांचा विनाश होऊ नये म्हणून या क्षणापर्यंत धडपडलो मी. कर्णा अजूनही विचार कर— समय गेलेला नाही— येतो मी. (जायला निघतो)
कर्ण	: हृषीकेशाऽ, थांब. (श्रीकृष्ण रथ सोडून खाली येतो. किती तरी अधीरतेनं)
श्रीकृष्ण	: काय?
कर्ण	: (थरथरत्या— भावपूर्ण शब्दांत) माधवा, माझ्यासाठी मी— मी आजवर तुझ्याकडं कधीच काही मागितलं नाही. जगाला सर्व देणारा हा कर्ण आज— आज तुझ्याकडं एक मागतो आहे. फक्त— फक्त तुझ्याकडं!!
श्रीकृष्ण	: (आशय न कळून) बोल— कर्णा, नि:संकोच बोल.
कर्ण	: अच्युता, माझं— माझं एक काम करशील काय? तू— केवळ तूच त्यासाठी योग्य आहेस.
श्रीकृष्ण	: सांग, कसलं काम?
कर्ण	: (थरथरत्या— संथ— चिंब शब्दांत) कृष्णा, कृष्णा—, पाच पतींची पत्नी असूनही— पातिव्रत्याच्या पवित्र कळसावर पोहोचलेल्या त्या पांचालीला, द्रौपदीला सांग— की— की,— या कर्णाच्या अंत:करणाच्या वीणेची एक भग्न तार तुझ्या— तुझ्या झाल्या—

केल्या अवहेलनेच्या जाणिवेनं सदैव कर्कश झंकारतच राहिली. तिला— तिला सांग, शक्य— शक्य असल्यास या कर्णाला त्यासाठी क्षमा कर!!! (ओंजळ तोंडावर घ्यायला जातो. श्रीकृष्ण ती मध्येच थोपवून धरतो. 'कर्ण' एवढीच भावपूर्ण साद त्याला घालून श्रीकृष्ण एकदम आवेगानं उठवून त्याला आलिंगनात घेतो. दिवे जातात.)

प्रवेश तिसरा

(कर्णाची गंगेकाठची अर्घ्यदानाची निवान्त जागा. कर्णाचे अर्घ्यदान आटोपले आहे. वेळ ऐन मध्यान्हकाळची आहे. केसावळीवरून गंगाजलाचे थेंब टपकणारा कर्ण गंगेकाठची वाळू तुडवीत चालला आहे. वाळूचा 'चर्रर्र चर्रर्र' असा आवाज उमटतो आहे. भारतीय युद्धात कौरव आपणाला सेनापती करणार या विचारात कर्ण गढला आहे. रंगमंचाच्या एका कोपऱ्यात प्रेक्षकांना अर्धवट दिसणारे एक कदंबाचे झाड आहे. त्यावर कर्णाने आपले उत्तरीय लोंबते टाकले आहे. त्याच्या सावलीत, प्रेक्षकांना न दिसेल अशी कुंती एका ओंडक्यावर बसली आहे. मागे गंगापात्र- सूर्य- कारंडव पक्षी दाखविणारा प्रशस्त पडदा आहे. त्या पडद्यावरच, शेपटी फुलवून आपल्या पाडसाकडे आवेगाने झेपावणाऱ्या एका शुभ्रधवल गायीचे व पाणी पीत असलेल्या तिच्या पाडसाचे चित्र दिसते आहे. "याचक, आहे कुणी याचक?" म्हणत कर्ण रंगमंचाच्या मध्यभागी येतो. आज कुणीच नाही असे आश्चर्य व्यक्त करणारी भुवई व खांद्याची हालचाल करतो.)

कर्ण : (आपल्याच विचारात कदंबावरचे आपले उत्तरीय सर्रकन खेचतो. त्याच्या आड पाषाणावर बसलेली कुंती बघताच मात्र त्याची चर्या सरासर भाव पालटते.)

कोण? राजमाता? एका सूतपुत्राच्या उत्तरीयाच्या छायेत!! (झटकन उपरोधानं हातातील उत्तरीय कुंतीसमोर अंथरत) हा— हा सूतपुत्र 'राधेय'— राधेय आपणाला वंदन करतो आहे— वंदनीय आणि पूजनीय राजमाता!!

(गुडघे टेकतो) कुंती प्रथम दूर हटते— मग जवळ येऊन त्याला उठवीत)

कुंती : कर्णऽ ऊठ— कर्णऽ उठा. (कर्ण उठतो.)

कर्ण : राजमाता, आपण— आपण मला 'अहो-जाहो' म्हणता. महाराज धृतराष्ट्रांच्या राजरथाचे घोडे हाकणाऱ्या, सारथी अधिरथाचा मी पुत्र.

त्याची स्त्री साथीदारीण 'राधा' हिचा मी मुलगा. सुदैव नाही माझं, नाही तर— नाही तर आपल्याही राजरथाचे वेग हाती पेलून मी आपलीही सेवा केली असती— 'राज-सारथी' म्हणून!

कुंती : (शांतपणे) कर्णाऽ, तू— तू चांगलं जाणतोस रे तू कोण आहेस ते.

कर्ण : (आपल्याच उपहासी भावविश्वात) हस्तिनापुरातले जाणते माझ्याकडे बोट दाखवून म्हणाले असते, तो— तो बघा पूजनीय राजमातेच्या रथाचा कुशल आणि कसबी राजसारथी 'कर्ण'! त्याच्याशिवाय कुणा— कुणाचंच सारथ्य नाही आवडत राजमातेला.

कुंती : (ठाम विचाराने) थांब कर्णा, असं काळजाला घरं छेदणारं या क्षणी तरी भेदक काही नको बोलूस!!!

कर्ण : (उसळून) काळीज? (भयानक भेदक हसतो) खरं आहे. असतं— राजवास्तूत राहणाऱ्यांना असतं काळीज. आपल्यासारख्या राजमातेला लाभलेलं तर ते साधंसुधं नसणार. 'राजकाळीज' असणार ते (हसतो. क्षणात विकल होत) पण— पण सारथ्यांना मात्र ते द्यायला विसरलेला असतो विधाता! त्यामुळं त्याला घरं पडण्याचा प्रश्नच नसतो.

कुंती : का— का पुन:पुन्हा स्वत:ला 'सारथी' म्हणवतो आहेस? कशासाठी एकसारखं मला 'आपण' म्हणतो आहेस? 'राजमाता' म्हणतो आहेस?

कर्ण : (उपहासाने) तर मग मी आपणाला काय म्हणावं? याहून दुसरं आणि कसं स्वागत करावं या क्षणी आपलं?

कुंती : राजमाता? कोण, कुठली, कसली राजमाता? सावली चिकटली नसेल तेवढं जीवनभर चिकटलंय मला हे राजमातापण.

कर्ण : चिकटलंय की स्वीकारलंय?

कुंती : कर्णा, या 'राजमाता' कुंतीच्या पायाखाली माझ्या हृदयातल्या स्त्रीला— एका मातेला हवं तेवढं तुडवून घ्यावं लागलं आहे— जीवनभर मला. आज त्या— त्या राजमातेला राजवास्तूच्या महाद्वारातच आले आहे मी फेकून.

कर्ण : (झिडकारत) कशाला सांगताहात आपण मला हे, या नको त्या वेळी.

कुंती : मग सांगावं तरी कुणाला मी? आणि कुठल्या वेळी? श्रीकृष्णानं तुला सांगितलंय सगळं. तू— तू जाणतोस तू कोण आहेस ते.

कर्ण : (स्वत:शीच) होय— पण फार वेगळ्या अर्थानं.

कुंती : तुला शेवटपर्यंत नाही कळलं तुझी जन्मदात्री कोण आहे. आणि

मला आजपर्यंत क्षणभर नाही विसरता आलं माझा प्रथम पुत्र कोण आहे. (निर्धारी होत) तुझ्या या जीवनभर मूक राहिलेल्या मातेचे पापण्यांआडच आटून नष्ट झालेले अश्रू तुला कधीच दिसले नाहीत.

कर्ण : (तिरस्काराने) माता? कोण? आपण? (भेदक हसतो) अश्रू? आपले अश्रू? राज-अश्रू? (भेदक हसतो) आपल्या राज-अश्रूंच्या लडिवाळ सिंचनानं सूत म्हणून जगणाऱ्या सूर्यपुत्राच्या हृदयातले वणवे कधी तरी विझले असते काय? अश्रूच काय? पण— पण पाषाणावर मस्तक आपटून रक्ताळलेलं कपाळही आपण माझ्यासमोर या क्षणी धरलंत तरी—

कुंती : (निर्धाराने त्याला थोपविण्यासाठी) कर्णाऽ, थांबऽ!

कर्ण : तरी त्या रक्ताचीसुद्धा ओळख आता मला पटणार नाही एवढे माझे डोळे अंधारानं भरून गेलेत!

कुंती : कर्णाऽ, तुला रक्ताची ओळख देण्यासाठी मुळीच नाही आले मी. या हृदयात आपल्या प्रथम पुत्राच्या दर्शनासाठी कोंदटून तडफडणाऱ्या स्त्रीनं— एका मातेनं खेचून आणलं आहे मला इथं.

कर्ण : हृदय! (हसतो) खरोखरच धाडसानं कुणीतरी एखादा धगधगीत अंगार ठेवलाच आपल्या हृदयावर— तर

कुंती : (शहारून) कर्णाऽ!

कर्ण : तर तोही लज्जेनं गोठून, गारठून राख होईल एवढं पाषाणी आहे ते हृदय. का— का आला मातृत्वाचा एवढा कळवळता पुळका आजच आपणाला? कुठं पाताळात गाडला गेला होता तो गेली सहा तपं? माता? माहीत आहे माझी माता कोण आहे ते?

कुंती : माहीत आहे. तुझी माता आहे अश्वनदी— चर्मण्वती आणि ही लोकपावन गंगा! तुझी माता आहे— आपल्या जीर्ण पर्णकुटीच्या वत्सल कुडाखाली तुला ममतामय आश्रय देणारी थोर स्त्री राधा. आणि— आणि तुझीच का, तुम्हा सर्वच क्षत्रियांची माता आहे— आपल्या मांडीवर शेवटी चिरविश्राम देणारी ही पुण्यपावन आर्यभूमी!!

कर्ण : जे आपण टाकलं आहे ते— ते यांनी असंख्य हातांनी झेललं आहे. यातल्या एकीच्या तरी पासंगाला उभ्या राहू शकता काय आपण?

कुंती : तू कितीही तिरकं बोललास तरी ऐकूनच घेतलं पाहिजे ते या क्षणी मला. काही झालं तरी 'माता' आहे मी तुझी. ऐरणीसारखं हे मातेचं जीवन. माथ्यावर धगधगते लोहखंड आणि त्यावर कठोर घणाघात!!

कर्ण : 'माता!' पुन्हा उच्चारसुद्धा करण्याचं धाडस करू नका त्या पवित्र

शब्दाचा. आपल्या देहाची शय्या कुठल्याही पुरुषासमोर अंथरून 'माता' होते की काय कुठलीही स्त्री??

कुंती : (ठणकावत) कर्णाऽ, दुर्योधन, दु:शासनात राहून हे— हेच बोलायला शिकलास तू? या— यासाठीच केलीस जीवनभर त्या पवित्र तेजाची अर्घ्यदानानं पूजा? (कर्ण शरमिंदा होतो.) अरे, तुझी महान दु:ख सोसण्यासाठी दैवानं तुला निदान पुरुषाचं खंबीर काळीज तरी दिलं आहे. पण— पण मी? स्त्री असून मी सोसत असलेल्या यातना मरणाहून भयानक आहेत!

कर्ण : कशासाठी ऐकाव्यात मी त्या? आणि या नको त्या वेळी?

कुंती : कुणाला सांगाव्यात मी त्या? आणि कुठल्या वेळी? अरे, बालपणापासूनच दैव मला क्रूर थपडा देत हात धुऊन हवं तिथं पिटाळत आलं आहे. कधी मथुरेत, कधी भोजपुरात, कधी हस्तिनापुरात, कधी वनवासात.

कर्ण : कशाला सांगताहात मला हे? ते आपल्या पराक्रमी पांडवांच्या पंचकडीला सांगा. विदुरांच्या पर्णकुटीत व्रतवैकल्यं करीत पुण्य गाठीशी बांधा. जा— आणि सांगायचंच असेल तर श्रीकृष्णाला कण्या खायला घालून, दाताच्या कण्या होईपर्यंत सांगा— अधिरथ सारथ्याचा पोर माजला आहे; त्याला भीमाच्या गदेनं ठेचून काढला पाहिजे.

कुंती : ही— हीच केलीस तू माझी पारख?

कर्ण : आपण टाकलेला पोर नसता थोपवला गंगेनं तर... नसता उचलला अधिरथानं तर?

कुंती : मी एक क्षणभरही जगूच शकले नसते.

कर्ण : ऐका! तर तो पोर खवळल्या, खारट सागराला मिळता, क्षणात त्याच्या तळाशी जाता. (सुस्कारतो) फक्त— फक्त त्याच्या कानांतील दैवी कुंडलांचे कुठल्या तरी शिंपल्यात दोन मोती तेवढेच बाकी उरते!

कुंती : तू नाहीस— दुर्योधनाच्या सहवासातला 'अंगराज' बोलतो आहे हे!

कर्ण : (कठोरपणे) राजमाता कुंतीदेवी, हस्तिनापूरच्या व्यापारपेठेत कुणा मोतीविक्यानं ते मोती कधीकाळी विक्रीला मांडलेच असते तर—

कुंती : (निर्धारपूर्वक थोपविण्यासाठी) कर्णाऽ,

कर्ण : तर ते फक्त आपण— आपणच अचूक पारखले असतेत... वाट्टेल तो अट्टाहास करून, पडेल ते मूल्य मोजून 'नकली' माते, आपण...

आपण ते निर्लज्जपणे खरेदीही केले असते.

कुंती : कर्णाऽ! एक दानवीर हे बोलतो आहे ते ऐकून धन्य झाले मी!

कर्ण : त्या मोत्यांचं पदक घडवून, ते मोती कंठ्यात जडवून आपण तो सदैव आपल्या राजकंठात वागविला असतात. निर्धास्तपणे त्याच्यावर आपला निर्दय हात फिरवीत आपण— आपण आपल्या 'प्रिय पांडवां'च्या राज्याभिषेकाची सोनेरी स्वप्नं पाहिली असती!! नकली माते, याचक म्हणून आली नसलीस तर चालती हो या पवित्र गंगाकाठावरून...

कुंती : (ठणकावत) खूप बोललास तू. पुरुषाला शोभेल असं!! नकली माता? याचक? वासंतिक स्पर्धेत नगरजनांनी केलेला तुझा अवमान बघताना मूर्च्छा आली ती माझ्यातील नकली मातेलाच. तुझ्या विवाहात तुला उत्तरीय आणि अंगुलित्राण पाठविलं ते या नकली मातेनंच. तुझ्या पुत्राला कवचकुंडलं नाहीत हे ऐकताना एकांतात मूक अश्रू ढाळले ते माझ्यातील नकली मातेनंच. अरे, माझ्या सुदामनला अंगडं-टोपडं पाठवावं लागलं मला तेही दिवाभीतासारखं चोरूनमारून. 'राजमाता' म्हणून ते पाठविलं असतं तर प्रकटपणं वाजत गाजतच आलं असतं तुझ्या वाड्यावर. नकली माता! (उफाळून) काय केलं असतंस माझ्या जागी तू असतास तर?

कर्ण : आणि तोच प्रश्न मी विचारला तर? आज— आत्ता— या क्षणी काय केलं असतं आपण माझ्या जागी असता तर? खूप मनात आणलं तरी धनुष्याला सुद्धा परत घेता येत नाही एकदा सुटलेला तीर. जा, आपण जा येथून.

कुंती : नाही. जाण्यासाठी नाही आले मी. असेन मी नकली माता. पण— तुझ्या त्या दिव्य पित्याची तरी तुला आज ओळख उरली आहे काय? त्यानं दिलेल्या आकाशाच्या नाळेच्या नात्यानं सांगते आहे रे मी. मी तुझी माता आहे. आणि आज तर तेवढी— तेवढीच आहे.

कर्ण : नाळ? आकाशाची नाळ? (थरकविणारं भेदक हसतो) ती नाळही न तोडता आपण टाकलेला बाळ आता आपल्या पुत्रांचा काळ झालेला बघून हे नकली माते, मुकाट अश्रू ढाळ. जा. अश्वनदीच्या पात्रावर सोडलेल्या माझ्या जीवननौकेला आता विश्वाच्या खवळत्या महासागरात थोपविण्यासाठी तुझ्या या सुरकुतल्या हातांचं सुकाणू मुळीच समर्थ नाही. कर्ण तुझा पुत्र नव्हता. कधीच असणार नाही.

कुंती : होय. नाळही न तोडता केला आहे मी तुझा त्याग— उरातले पान्हे

जळून जात असताना. पण का केला मी तुझा त्याग? केला आहेस कधी विचार?

कर्ण : आपल्या राजकौमार्याची तेजस्वी प्रतिष्ठा राखण्यासाठी—

कुंती : चुकतोस. तुला कधीच कळल्या नाहीत वेदना, पित्याशिवाय जगाव्या लागणाऱ्या जीवनाच्या. मी— मी त्या भोगल्या होत्या. घेतलं असतं ठेवून तुला तर कुठल्या पित्याचं नाव देणार होते मी तुला? तू खंतावला आहेस सूतपुत्र म्हणून जगावं लागलं यासाठी.

कर्ण : मग काय आनंदोत्सव साजरा करायला पाहिजे होता त्यासाठी?

कुंती : अरे 'सूतपुत्र' असणं हे पिता नसलेला म्हणून जगण्यापेक्षा केवढं धीराचं होतं हे नाही कळायचं कधी तुला!

कर्ण : असण्या-नसण्याचा हा घोर चक्रव्यूह रचण्यापेक्षा घोटून का टाकला नाही आपण माझा गळा जन्मतःच.

कुंती : (संथ— हरवल्यासारखी— निर्धारी) होय. जन्मानं, वृत्तीनं आणि रक्तानं 'क्षत्राणी'च होते मी आणि आहेही. वाटलंच होतं मला तुझं ते सोनेरी जावळाचं, निळ्या डोळ्यांचं, लुसलुशीत मांसल कुंडलात शोभून दिसणारं रूपडं बघत असताना, की— की कलंकिताचं जीवन कधीच येऊ नये याच्या वाट्याला म्हणून—

कर्ण : म्हणूनच केलात आपण माझा त्याग— मला सोडलेल्या पेटीत हिरे, माणकं, सुवर्णमुद्रा भोवती रचून!

कुंती : नाऽही! सन्मानपूर्वक जगू शकत नाहीत ती पिले लोटावीच लागतात गरुड-पक्षिणीला कड्यावरून खाली. म्हणून— एका भयानक कोंदटल्या वेडानं झपाटल्या क्षणी मी घातलाच होता तुझ्या कोवळ्या गळ्याला हात— तुझ्या नरडीला नख लावण्यासाठी!!

कर्ण : (भेदरून चमकून) क्काऽऽऽय?

कुंती : आणि त्या क्षणीच कळून चुकलं मला, तू सामान्य नव्हतास. तुझ्या अंगावर होतं तळपतं, सोनेरी, अभेद्य कवच!! आणि दुसऱ्याच क्षणी, त्याच हातांनी उचलून तुझे पटापट मुके घेताना अश्रूंच्या थेंबाथेंबाबरोबर वाहून गेली ती क्षत्राणी. भरून आली माझ्यातील माता— एकाच न कळणाऱ्या धैर्यानं की कुणीही मारून मरावा असा हा नाहीऽ! म्हणून पित्याशिवाय जगण्यापेक्षा मोडक्या तोडक्या का होईना, पितृछत्राखाली तू वाढशील— नक्कीच वाढशील— म्हणून केला मी तुझा त्याग! किती नको त्या वळणांना सामोरं जावं लागलं आहे मला जीवनात. काय कळणार तुला! अरे, प्रत्यक्ष जन्मदाता

वचनपूर्तीसाठी मला कुणाला तरी देऊन टाकतो.

कर्ण : म्हणून— आपण मला जन्मत:च लाटांच्या तांडवांना द्यावं?

कुंती : दुर्वास मला न पेलवणारे देवहूतीचे मंत्र देऊन जातात.

कर्ण : म्हणून आपण मला जन्मत:च कान सुन्न करणारा मरणाचा मंत्र द्यावा?

कुंती : दैव मला अकाली वैधव्य देतं.

कर्ण : म्हणून आपण मला जीवनभराचं केविलवाणं पोरकेपण द्यावं?

कुंती : शकुनीचे फासे मला वनवास देतात.

कर्ण : म्हणून कुणालाही न दिसलेला एकच फासा टाकून आपण मला जीवनभरचा घोर अज्ञातवास द्यावा?

कुंती : (कळवळून) अरे, तो दुर्योधन, तुम्ही सारे जिवंत असता भरल्या सभागृहात म्हणतो— पांडव कुंतीचे धर्मपुत्र नाहीत. ती पापिणी आहे. आणि आज— स्वत:ला दुर्योधनाचा स्नेही म्हणवून घेणारा प्रत्यक्ष तूच मला म्हणतो आहेस— तू 'नकली माता' आहेस, निर्दय आहेस. अरे, मग कुणी तरी एकदा मला सांगा रे— मी आहे तरी कोण?? (प्रतिध्वनी) (कर्ण सैरभैर होतो.) कर्णा, तुझ्या जीवनभराच्या घोर अज्ञातवासात तुझा काहीच दोष नाही. असेलच तर तो फक्त एकाचाच आहे.

कर्ण : समाजाचा? आपल्या कौमार्याचा? की माझ्या अजाणपणाचा?

कुंती : (गदगदत) नाही. जगाला अंध:कारातून मार्ग दाखविणाऱ्या तुझ्या त्या 'दिव्य' पित्याचा! कधी तरी त्याने मला मार्ग दाखविला आहे काय?

कर्ण : विश्वास होता त्यांचा, आपलं मातृत्व धरतीएवढं विशाल होऊन पदरी झेलेल आभाळाचं सत्य!! पण— पण आपण त्या आकाशानं दिलेल्या सत्याला अव्हेरून अंधारात चाचपणारं— काळंकुट्ट असत्य करून टाकलंत त्याचं.

कुंती : कधी तुझं तरी जीवन उजळलं आहे काय तुझ्या पित्यानं? माझ्या पुत्रा, आभाळापुढं धरती नेहमीच निष्प्रभ ठरली आहे रे. सामान्यांची दु:ख सामान्य असतात, असामान्यांची दु:खही असामान्यच असतात. डोळे मिटून मूकपणे ती सहनच करावी लागतात. आकाशाएवढं, या गंगेएवढं मन मोठ्ठं करून तू ती आजवर प्रचंड धैर्यानं सोसलीही आहेस. म्हणून— म्हणूनच—

कर्ण : म्हणून काय?

कुंती : निर्धारानं त्यांचा शेवट करण्यासाठी आले आहे मी. कर्णाऽ, पुत्राऽ, चल.

कर्ण : कुठं? का? आणि कशासाठी?

कुंती : तुझ्या बांधवांत. तुम्ही साऽरे सारे माझे आहात रे. सर्वांनी तुला राज्याभिषेक केलेला मला एकदा डोळाभर बघायचा आहे.

कर्ण : राज्याभिषेक? भ्रांत स्त्रिये आता कसला राज्याभिषेक? कर्णाला तो केव्हाच झाला आहे. आता अखेरचा एकच विधी उरला आहे.

कुंती : (गोंधळून) कुठला?

कर्ण : सिंहासनावर आरूढ होण्याचा! (भावविवश होतो) सिंहासन! केवढं भव्य सिंहासन! पांडवांना मिळेल सोन्याचं मर्त्य सिंहासन, मला— मला मिळेल अक्षय्य, अभंग सिंहासन. पुढच्या पिढ्यापिढ्यांच्या स्मृतीचं.

कुंती : (थरथरत) केवढे भयाण असतात रे तुम्हा पुरुषांचे अहंकार आणि आदर्श! कुणा-कुणाची आणि केवढी फरफट होते रे त्यांच्या पायांखाली! स्वत:ला असा एकटा मानू नको. चल, तुझ्या बंधूंत चल.

कर्ण : बंधू? कोऽण? पांडव? बंधूंच्या नात्याचाच प्रश्न असेल तर— त्या अर्जुनाचा बाण कंठात रुपला असतानाही, शेवटच्या क्षणीसुद्धा ज्या शोणानं 'दादा दादा' म्हणतच आपला श्वास टाकला, तो— तो 'सूतपुत्र' शोणच या 'सूर्यपुत्र' कर्णाचा बंधू होता आणि राहील. त्याच्या पायधुळीलाही उभे राहू शकत नाहीत आपले पाची पुत्र कर्णाचे बंधू म्हणून! आपल्या पुत्रांना क्षमा म्हणजे माझ्या शोणाच्या निर्भेळ बंधुभावाची प्रतारणा आहे. प्रतारणेच्या पायवाटेनं मिरवत जाणारी खोटी क्षमा आपणाला, आपल्या वीर पुत्रांना— मान्य असेल, कर्णाला नाही!!

कुंती : (हताशपणे) कधी— कधीच नाहीत का रे निपटणार तुझ्या काळजातले हे सल? ते काढून टाकण्याचा क्षण येऊन ठेपला आहे असं अजूनही नाही का वाटत तुला?

कर्ण : संपत्ती, राज्य, प्रेमपाश यांनी मनं बदलता येणं शक्य असल्यास, राजमाता कुंतीदेवी, मी ओततो आपल्या पायांवर दिग्विजयातील सर्व संपत्तीचं भांडार.

कुंती : कशासाठी?

कर्ण : घालाल आपण त्यासाठी आपल्या पाची पुत्रांना राधामातेच्या चरणांवर? सूतपुत्र शोणाचे बंधू म्हणून?

कुंती : अरे, माझ्या रथाला सहा घोड्यांऐवजी पाच जोडलेले सुद्धा तुला कधी दिसले नाहीत काय?

कर्ण : मग त्या रिकाम्या जागेवर आज आपण मला नेऊन जुंपणार आहात की काय? जन्मलो त्यावेळी काहीच न बोलता आपण मला अर्धवट मारलं होतं, आणि आज नको त्या नेमक्या ऐन क्षणी माझ्यासमोर येऊन, नको ते वारेमाप बोलून, आपण मला संपूर्ण ठार मारलं आहे. काय शिल्लक राहिलं आहे म्हणून थांबला आहात?... जा.

कुंती : नाहीऽ! त्यासाठी आणि तशी नाही रे मी आले. जाण्यासाठी नाही आले मी. रामासाठी तडफडणाऱ्या कौसल्यामातेचा कोणताही पुत्र रावणाला नव्हता मिळाला. कर्णा, दुर्योधनाच्या पक्षाला उभा राहू नकोस. आपल्याच बंधूंना तुझ्या संहारक तापसी पराक्रमात नको रे जाळू. तुम्ही सारे एक व्हा— चल.

कर्ण : ते कधीच शक्य नाही. मी कुणाच्याच पक्षाला उभा नाही. इंद्राला कवचकुंडलं प्रदान केली तेव्हाच सारे पक्ष आणि नाती मी गंगेला अर्पण केली आहेत. सर्वांपलीकडचा आहे माझा मार्ग. एकट्याचा. राजमाते, राजवाड्यात जा, पर्णकुटीत जा, कुठेही जा. आपण एक भ्रांतचित्त माता होतात आणि राहाल. याचक म्हणून आला नसाल तर जाऊ शकता आपण... जा.

कुंती : होय. मी जाणारच आहे. पण ऐकलं होतं तुझ्यासमोरून कुणीच असं अनादरानं हाकललं जात नाही. मग प्रत्यक्ष जन्मदात्री असून आल्या क्षणापासून तू मला 'चालत्या व्हा, जा' असंच म्हणतो आहेस. 'मी का आले?' असं एकदाही न विचारता!

कर्ण : का— का आला होतात आपण?

कुंती : माझ्या काही प्रश्नांची उत्तरं शोधण्यासाठी! तुझ्याकडे— फक्त तुझ्याकडेच मिळतील त्याची उत्तरं म्हणून.

कर्ण : कसले प्रश्न?

कुंती : पुत्रा, तू गेलास वाहत अश्वनदीच्या पात्राबरोबर; मी— मी मात्र राहिले जीवनभर सामाजिक संकेतांच्या किनाऱ्यावर एकटी— एकाकी. मन राहिलं मग कुणा-कुणात वावरत; पण आत्मा राहिला तळमळत फक्त तुझ्यासाठी! आज— आज तर माझेच पुत्र निघालेत अज्ञानानं एक महायुद्ध पेटवायला आणि मी— मी— नाही काही करू शकत. याची काळीज तोडणारी जेवढी वाटते व्यथा त्याहून वाटते खंत एकाच गोष्टीची...

कर्ण	: कसली?
कुंती	: तू— तू 'नकली माता' म्हणालास याची! पण— पण माझ्या पुत्रा, तुझा तरी काय दोष? तू— तू जपला आहेस प्राणपणानं आपला वारसा!
कर्ण	: वारसा? कसला वारसा?
कुंती	: होय. वारसाच. आपल्या पितृकुलाचा वारसा. तुझा काहीच दोष नाही माझ्या पुत्रा. तुला कसं कळावं मातेचं हृदय म्हणजे काय असतं ते. पुरुषांनी नेहमीच जपावा आपल्या पित्याचा वारसा आणि तुझ्यासारख्या आकाशपुत्रानं तर वाटेल ते मोल देऊन जपावा फक्त आकाशाचा वारसा!
कर्ण	: आकाशाचा वारसा?
कुंती	: होय. दिग्विजयी दानवीरा, तुझ्या— तुझ्या पित्याची माता तरी कुठं आहे जगाला माहीत? तुझ्या जन्मदात्यालाच नाही माहीत 'मातृप्रेम' म्हणजे काय— तर तुला— तुला ते कळावं असा आग्रह कोण आणि कसा धरणार?? येते मी... (हताश— विकल कुंती जायला निघते. कर्ण पुरता हेलावून गेला आहे.)
कर्ण	: (उन्मळून येत साद घालतो) माऽते, थांऽब! (संगीत)
कुंती	: (सैरभैर धावत— उत्कटतेने) माऽता? माता म्हणालास तू मला? (त्याला हातांनी चाचपत) या क्षणी— या क्षणी सर्व श्वास थांबतील तर...
कर्ण	: (तिच्या चरणाजवळ गुडघे टेकत) मातेऽ! मी तुझा— तुझाच वारसा जपला आहे. तुझ्या पाच पुत्रांना सदैव तुझ्यामुळंच परमोच्च बिंदूंचे क्षण मिळाले.
कुंती	: कर्णा, कसले परमोच्च क्षण?
कर्ण	: आनंदाचे— लोकप्रियतेचे— वैभवाचे— गौरवाचे. त्यासाठी त्यांनी—
कुंती	: त्यांनी काय? बोल.
कर्ण	: त्यांनी तुला शत शतवार वंदनही केलं असेल. पण— पण माते, तुझ्या या पहिल्या पुत्राचं हे पहिलंच वंदन आहे तुला. (कर्ण कुंतीच्या पायांवर मस्तक ठेवतो. तसाच) कदाचित ते शेवटचंही असेल.
कुंती	: (पिळवटून) नकोऽ, कर्णा, (त्याला उठवते) काय भलतं बोलतो आहेस?
कर्ण	: कशासाठी केलं आहे मी हे पहिलं आणि अखेरचं वंदन तुला माते?
कुंती	: कर्णाऽऽ

कर्ण : यासाठीच की केवळ तुझ्यामुळंच मलाही एक परमोच्च बिंदूचा क्षण मिळाला.

कुंती : (गोंधळून) कसला?

कर्ण : (शांतपणे) यातनांचा! स्वर्गीय यातनांचा!! तो क्षणही या वंदनाबरोबरच या तुझ्या पहिल्या पुत्रानं, कर्णानं, कुंतीमातेऽ, या संन्यस्त झाल्या कर्णानं— तुझ्याच चरणांवर ठेवला आहे! या गंगेएवढंच विशाल, उदार हृदय करून तो आपलासा करून घे!! तुझा ज्येष्ठ पुत्र म्हणून तुझ्या चरणांना साक्ष ठेवून शेवटचं कर्तव्य पार पाडण्याचं बळ लाभावं यासाठी मला आशीर्वाद दे. यावेळी जपला जायचाच असेल तर तेवढ्यापुरताच आकाशाचा— पितृकुलाचा वारसा जाईल जपला माझ्याकडून!

कुंती : (गोंधळून) कसलं कर्तव्य? कसला वारसा?

कर्ण : माते, या चरणांना समोर ठेवून मी अभय देतो आहे, तुझ्या पाच पुत्रांच्या जीवनाचं!

कुंती : (भरून येत) कर्णाऽऽ

कर्ण : (शून्य पकडत) जर युद्धात मी मारला गेलो माझ्या बंधूंकडून... अर्जुनाकडून तर तुझे पाच पुत्र— ते तर आहेतच, पण— पण अर्जुन सोडून माझ्या चारी बंधूंना, तुझ्या चारी पुत्रांना मी अभय देतो आहे. गेलाच मारला अर्जुन माझ्याकडून तर— तर माझ्यासह तुझे पाच पुत्र जिवंतच राहतील!

कुंती : (हेलावून— कोंदटून) पण तुम्ही सहा आहात रे सहा!

कर्ण : समाजाला मान्य आहेत ते फक्त पाचच. पाच पांडव! तुझा ज्येष्ठ पुत्र कोण ते उद्याचा काळच ठरवील.

कुंती : (गदगदून) माझ्या जीवनावरूनच माझा सर्वश्रेष्ठ पुत्र कोण हे ठरणार असेल तर माझ्यापेक्षाही मनाच्या सखोल यातना धीरानं हसत सोसणारा तू— तूच माझा सर्वश्रेष्ठ पुत्र आहेस. कर्णाऽ, माझ्या काळजाच्या किरणाऽ... (कुंती आवेगी ममतेनं कर्णाचं मस्तक बिलगतं घेते. कर्ण गुडघे टेकल्या स्थितीतच तिला बिलगतो. पडदा.)

प्रवेश चौथा

(**निवेदक** : सर्व— सर्व प्रयत्न झाले पण— भारतीय युद्ध अंती कुणालाच नाही टाळता आलं. लक्षावधी बलदंड वीरांच्या जीवनाचा चैतन्यमय खेळ

मांडणारा— तो रोमांचक महायज्ञ शेवटी पेटलाच, कुरुक्षेत्राच्या समरभूमीवर. युद्धाच्या सोळाव्या दिवशी कुरुसेनेच्या सेनापतिपदाचा अभिषेक झाला— महारथी— दिग्विजयी— दानवीर— अंगराज कर्णाला!!

(घोषणा गर्जू लागतात—)

'कौरव-सेनानायक— दिग्विजयी महावीऽर— कर्णऽऽ'

'जयतु! जयतु!! जयतु!!!'

पंधरा लक्ष कुरुसेनेला चेतना देणारी रणगर्जना त्या सूर्यपुत्र— सेनापतीनं दिली—

(कर्णाच्या भक्कम, वीरश्रीपूर्ण आवाजात—)

'आऽरूऽढ! आऽरोऽह!!

आऽक्रऽम! आऽगऽम!!'

(पुन्हा निवेदन येते.)

तो झाला होता— सर्व जाळायला निघालेला सूर्यलोळ! झाला होता— धरतीची कूस फोडून उफाळलेला— ज्वालामुखी! बनला होता— प्रलयंकर झंझावात!

आपल्या मातेला दिलेल्या अभयाचं पालन करीत त्यानं जीवदान दिलं— नकुल- सहदेव- युधिष्ठिर आणि भीम या चारी पांडवांना! कुरुक्षेत्राचा तो दोन दिवस अशरण, अजोड स्वामी होता. कुणीच नव्हते त्याच्यासमोर टिकाव धरू शकत. त्यानं रक्ताचं अर्घ्यदान दिलं कुरुक्षेत्राला. रंगविलं एक विराट कर्णपर्व!!

जीवनभर जग— ठाकलं होतं एक अवाढव्य प्रश्नचिन्ह बनून त्याच्यासमोर— आता तोच ठाकला होता एक विक्राळ प्रश्नचिन्ह म्हणून पांडवांसमोर— श्रीकृष्णासमोर.

आणि— आणि सतराव्या दिवशी— त्याच्या अविरत दौडणाऱ्या जैत्ररथाचं चक्र फसलं— धरतीच्या दलदलीत रुतून!! गिळून टाकल्या धरतीनं त्याच्या जीवनाच्या सर्व गती!! चक्र फसलं—

खरंच आहे— प्रत्येक मानवाला जन्माबरोबर लाभलेली असते एक सावली— आणि एक चक्र...

एक अटळ चक्र!!)

(पडदा फुटत जातो. प्रेक्षकांना आऱ्यांसह स्पष्ट असे रथचक्र रंगमंचावर दिसते आहे. पार्श्वभूमीला— कोसळलेले रथ, हत्ती, घोडे, गतप्राण सैनिक, अर्धवट तुटलेली शस्त्रे असे भान देणारा पडदा आहे. त्या पडद्यावर दूरवर कुठे तरी आता

संपूर्ण डुंबत आलेली सूर्यकोर दिसते आहे. कर्ण सर्व सामर्थ्यानिशी फसलेले रथचक्र उद्धरण्याचा प्रयत्न करताना दिसतो आहे. जवळच त्याचे विजय धनुष्य पडलेले आहे. कर्णाच्या अंगावर रणवेष असून, मस्तकावर मुकुट आहे. कुठून तरी संथ, काहीसे करारी— रोखणारे शब्द येतात)

रथचक्र : कर्णाऽ, थांब!! (कर्ण भांबावून चहुकडे बघतो. पुन्हा शब्द उठतात) व्यर्थ यत्न नको करूस. (झटका बसावा तसा कर्ण रथचक्रापासून दूर होतो. विचित्र नजरेने चक्राकडे बघू लागतो. झटकन पुढे होत चक्राला कान देतो. चक्राचा आवाज—)

या क्षणी धरतीत फसलेलं मी तुझ्या रथाचं केवळ चक्र नाऽही!! (आव्हानी— आवेशी झालेला कर्ण आवेगाने सर्व ताकद लावून चक्र उद्धरू लागतो. ते थोडेसुद्धा हालत नाही)

काऽही— काही उपयोग नाही तुझ्या— बळाचा. सामर्थ्याचा. मी रथचक्र नाऽही! (सैरभैर झालेला कर्ण असहाय एकाकी होत चक्रापासून दूर हटतो.)

मी— मीच केला आहे तुझा त्याग अश्वनदीच्या पात्रात— प्रत्यक्ष तुझ्या मातेच्या हातांनी!! (विकल— असहाय— कष्टी झालेला कर्ण कुंतीच्या स्मरणाने इकडे-तिकडे बघतो.)

मी— मीच केला आहे तुझा अवमान वासंतिक स्पर्धेच्या आखाड्यात— हजारो नगरजनांच्या तोंडून! स्वयंवर-मंडपात मीच नाकारला आहे तुझा मत्स्यभेद एका स्त्रीच्या तोंडून— पांचालीकडून! (कर्ण कानांवर हात घेतो.)

तुझी स्वर्गीय कवच-कुंडलं मीच हिरावून घेतली आहेत इंद्ररूपात याचक म्हणून हात पसरून! (कर्ण तळमळतो. डोळे फाडून चक्राकडे क्षणैक रोखून बघतो. त्यावर तर्जनी रोखत पिळवटणारा प्रश्न करतो.)

कर्ण : तू— तू आहेस तरी कोऽण?

रथचक्र : (शांतपणे) मी— मी आहे तुझी नियती!! जन्मापासूनच तुझ्या सावलीमागून चालत आलेली. कर्णा, आज या रथचक्रावर आरूढ झालेली तुझी नियती! (कर्ण किती तरी आवेशी होत चक्राला करारानं भिडतो. सर्व ताकद लावून चक्र उद्धरू बघतो. थकू लागतो.)

थांऽब, व्यर्थ झटू नकोस— या क्षणी— या क्षणी फक्त तू— माझा— माझाच आहेस!! ('तू माझा आहेस' असे ध्वनी घुमतात.)

(हताश झालेला कर्ण प्रथम चक्राजवळ हात टेकतो. मग प्रेक्षकांना सामोरा होत— निर्धारी— मन बांधिल झाल्यासारखा हसतो. चक्राजवळ

येत त्याला थोपटतो. कुठेतरी ते उद्धरायचा प्रयत्न केल्याची हूल प्रेक्षकांना देता— देता कर्ण रथचक्राशी कसा एकरूप होता होता त्याला मिठी मारल्यासारखाच दिसू लागतो. क्षणभर सर्व दिवे जातात. कर्णाच्या कंठात— एक सणकारता चंद्रमुख— बाण रुपला आहे. बंबाळ कंठाचा कर्ण रथचक्राची मिठी सोडत असतानाच सर्व दिवे पुन्हा उजळतात. कर्ण कंठातील रुपला बाण खेचण्याचा व्यर्थ प्रयत्न करताना चक्रापासून संपूर्ण विलग होत मान खाली टाकत ढासळला आहे. एवढ्यात— एका विंगेतून— अश्वत्थामा व दुर्योधन आणि दुसऱ्या विंगेतून श्रीकृष्ण व अर्जुन प्रवेशतात.)

दुर्योधन	: (कर्णाजवळ वीरासनात बसून गलबलून) अंगराऽज.
श्रीकृष्ण	: (केवळ ओणवे होत) कर्ण.
कर्ण	: (मान उठवीत प्रथम श्रीकृष्णाला न्याहाळतो. मग दुर्योधनाकडे बघत. मान डोलवीत) कौरवा, माझ्या— माझ्याबरोबरच या युद्धाचा शेवट होऊ घा— मिळू घा ही वैराची अश्वनदी— प्रेमाच्या— गंगेला.
दुर्योधन	: (निर्धारी— एकाकी होत) महाबाहो— कर्ण, ते शक्य नाही.
कर्ण	: (विकल होत) दुर्योऽधन—
दुर्योधन	: मृत्यूच्या भयानं हे युद्ध कधीच थांबणार नाही. तुला— तुला साक्ष ठेवूनच ते चालू राहील.
कर्ण	: (कळवळून) विसरलास— कौरवा, तू— तूच म्हणाला होतास राजद्वारात आणि— आणि स्मशानात अभंग— अखंड राहातो तो— तो—
दुर्योधन	: (त्याच्याजवळ येत, बसून) तो— तोच स्नेह! नाही विसरलो मी. वीरा, माझे राजद्वार खूप खूप दूर राहिले आहे— आणि— आणि तू— (थांबून उठतो. कर्ण त्याचा निर्धार बघून हताशपणे श्रीकृष्णाकडे बघतो. श्रीकृष्ण कर्णाजवळ येतो.)
श्रीकृष्ण	: कर्णऽ!
अश्वत्थामा	: सूर्यभक्ता, मित्रा,—
कर्ण	: गुरुपुत्र, काही-काही दवबिंदू उरात आग घेऊनच येतात. आणि जातात विरून त्या अग्रीतच?
अश्वत्थामा	: कर्णऽ?
श्रीकृष्ण	: (कर्णाला थोपटत) कर्णा, तुझी— तुझी अंतिम इच्छा काय आहे?
कर्ण	: (श्रीकृष्णाचा हात आवेगाने हाती घेत तो घट्ट पकडून) अच्युता,

माझी— माझी अखेरची एकच इच्छा आहे...

श्रीकृष्ण : कुठली?

कर्ण : (त्याच्या डोळ्यांत खोल बघत) माझा— माझा अग्निसंस्कार तू— तू करावा तुझ्या हातांनी! एका कुमारी भूमीवर!

श्रीकृष्ण : कुमारी भूमी? काय म्हणायचं आहे काय तुला?

कर्ण : होय. कुमारी भूमीवर— तुझ्या हस्ते! कुमारी भूमी— ज्या भूमीवर तृणांकुर सुद्धा— कधीच उगवले नसतील— कधीच उगवणार नाहीत. या देहाचा कण कण जावा विरून तिथं. म्हणजे— माझी दुःखं— ती— ती पुन्हा कधी— कधीच या मर्त्य भूमीवर नाहीत उगवणार. कोणत्याही रूपात!! (कर्ण स्वतःत विलय होतोसा डोळे मिटून घेतो. अश्वत्थामा आवेगानं त्याचा हात आपल्या हातात घेत त्याला मांडी देतो. सुन्न झालेला दुर्योधन समरभूमीवर असल्यासारखा संतप्त डोळ्यांनी कुठंतरी बघत— आज्ञा देणाऱ्या आवेशात—)

दुर्योधन : (सेवकांना उद्देशून टाळ्या देत—) आणा— औदुंबराचं क्षौमवेष्टित आसन आणा.

करा— पुरोहितांना पाचारण करा.

या युवराज— दुर्योधनाला कुरुसेनेच्या सेनापतिपदाचा आजच अभिषेक करा.

रथदलं सिद्ध करा.

चढवा अंबाऱ्या हत्तींवर.

कसा पालाणं... घोड्यांच्या पाठीवर

(रणघोष देण्याच्या आवेशात—)

आऽरूऽढ! आऽक्रऽम! (गदा सरसावत जातो.)

कर्ण : (दबक्या संथ सुरात श्लोक म्हणू लागतो)

ॐ भूर्भुवः स्वः तत्सवितुर्वरेण्यं...

(भैरवी सुरावटीतील संगीत वाजत असताना— अंतिम पडदा.)

समाप्त

छावा

तीन अंकी ऐतिहासिक नाटक

शिवाजी सावंत

हे दगडी कासव आम्हाला आमच्या हयातीचं प्रतीकच वाटत आलं आहे. मंदिरात दर्शनासाठी येणाऱ्या हरएक भाविक दर्शनभक्ताचे कळत-नकळत पाय पडतात ते या दगडी कासवाच्या पाठीवर! भरल्या मनाचे नमस्कार रुजू होतात ते मात्र गाभाऱ्यातील मूर्तीच्या चरणांपाशी- आम्ही- आहोत या हमचौकातील दगडी कासवासारखे! आबासाहेब- आबासाहेब आहेत ते दौलतीच्या गाभाऱ्यातील मूर्तीसारखे!... खंत पाठीवर पडणाऱ्या पावलांची मुळीच नाही. एवढीसुद्धा नाही. खंत आहे ती मात्र एकाच बाबीची- आणि ती जरूर आहे- काळीजतोड खंत आहे ती येसू- उभ्या दौलतीत असा एकही जाणता मिळाला नाही की ज्याच्या ध्यानी कधी हे आलं की- या दगडी कासवाचीही नजर अहोरात्र जोडलेली असते ती- ती मात्र गाभारातल्या त्या मूर्तीच्याच चरणांठायी!- हे नेमकं जाणणारे जाणते होते- आमचे आबासाहेब- आमच्या थोरल्या आऊसाहेब- आम्हास परखड खलिता लिहितानासुद्धा आमचा वकूब पारखून 'याहून विशेष ते करावे' असा बोध देणारे समर्थ- आमच्या पाठीशी कळसूबाईच्या कड्यागत हमेशा उभे ठाकलेले आमचे सरलष्कर- हंबीरमामा! हे सारे सारे गेलेत आणि आज आम्ही कसे आहोत- जाणता येसू?

www.ingramcontent.com/pod-product-compliance
Lightning Source LLC
LaVergne TN
LVHW090004230825
819400LV00031B/540
* 9 7 8 9 3 5 3 1 7 1 2 2 3 *